வெயில் நண்
பிரார்த்தனை
ஒரு பிரதேசம்

வெயில் நண்பன்
பிரார்த்தனை
ஒரு பிரதேசம்

பா. திருச்செந்தாழை (1981)

பெற்றோர்: ம. பாலசுப்ரமணியம் – நவமணி விருதுநகர் மாவட்டம் 'கள்ளிக்குடி' கிராமம் சொந்த ஊர். இதழியல் மற்றும் மக்கள் தொடர்பியலில் பட்டயப் படிப்பு. நவதானியக் கடையில் பணி. தற்போது வசிப்பது மதுரையில். 2007இல் எழுதிய சிறுகதைகளின் தொகுப்பு இந்நூல்.

பா. திருச்செந்தாழை

வெயில் நண்பன்
பிரார்த்தனை
ஒரு பிரதேசம்

காலச்சுவடு பதிப்பகம்

வெயில் நண்பன், பிரார்த்தனை, ஒரு பிரதேசம் ◆ சிறுகதைகள் ◆ பா. திருச்செந்தாழை ◆ © பா. திருச்செந்தாழை ◆ முதல் பதிப்பு: டிசம்பர் 2008 ◆ வெளியீடு: காலச்சுவடு பதிப்பகம், 669 கே. பி. சாலை, நாகர் கோவில் 629 001 ◆ தொலைபேசி: 91-4652 – 278525 ◆ தொலைநகல்: 91-4652 – 402888 ◆ மின்னஞ்சல்: kalachuvadu@sancharnet.in ◆ அச்சுக்கோப்பு: சுதர்சன் புக் புராசசர்ஸ் அன்ட் டிஸ்டரிப்யூட்டர்ஸ் ◆ அட்டை அச்சாக்கம்: பிரிண்ட் ஸ்பெஷாலிட்டிஸ், சென்னை 600 014 ◆ அச்சாக்கம்: மணி ஆஃப்செட், சென்னை 600 005.

காலச்சுவடு பதிப்பக வெளியீடு: 280

veyil naNpan, piraarttanai, oru pirateecam ◆ Short Stories ◆ paa. tiruccentaazai ◆ © B. Tirusenthalai ◆ Language: Tamil ◆ First Edition: December 2008

Published by Kalachuvadu Pathippagam, 669 K.P. Road, Nagercoil 629 001, India ◆ Phone: 91-4652 - 278525 ◆ Fax: 91-4652 - 402888 ◆ e-mail: kalachuvadu@sancharnet.in ◆ Typesetting: Sudarsan Book Processors and Distributors

ISBN: 978 - 81 - 89945 - 78 - 7

12/2008/S.No.280, kcp.434, 18.6 (1) 600

ஹவிக்கு

அன்பும் நன்றியும்

எழுத்தின் பீடைகுறித்து எப்பொழுதும் எச்சரித்த படியிருக்கும் அம்மாவுக்கும் தம்பிகளுக்கும்.

இளம்பிராயத்தில் வீட்டிற்கு அடங்காதவராகவும் நோய்ப்பீடித்த வயதில் மனைவி, குழந்தைகளின்மேல் பெரும்பாசம் கொண்டவராகவும் வாழ்ந்து மறைந்த அப்பாவின் நினைவு களுக்கும்.

நல்ல பெயரிட்ட தாத்தாவிற்கும்.

குழந்தைமையான என் உரையாடல்களை அக்கறையுடன் கேட்டபடியேயிருக்கும் கவிஞர் ந. ஜயபாஸ்கரனுக்கும்.

முதல் வாசகனான புதுகை சரவணனுக்கும்.

கதைகள் வெளியிட்ட புது எழுத்து, காலச்சுவடு, உயிர்மை, உயிர் எழுத்து, இறக்கை, மணல்வீடு, புதிய கோடாங்கி, புதிய காற்று, தசண்டே இண்டியன் இதழ்களுக்கும்

இக்கதைகளைத் தொகுப்பாக வெளியிடும் காலச்சுவடு பதிப்பகத்தாருக்கும்.

எழுத்திற்கு உள்ளும் வெளியிலும் நான் தேடுகின்ற முதல் முகமான ஸ்ரீஷங்கக்கும்.

பொருளடக்கம்

முன்னுரை	13
ஓவியத்தை வனைந்து பார்ப்பவள்	15
அத்தை	21
கோடைப்பகல்	27
நகர்வு	35
மழைப்பொழுதில்	42
ஆண்கள் விடுதி: அறை எண் 12	48
முக்கோணம்	55
ஜேசுதாஸின் காதலி	61
பெயரற்றவன்	66
பிம்பச் சிதைவு	71
மழை மஞ்சள் மரணம்	81
வெயில் நண்பன் பிரார்த்தனை ஒரு பிரதேசம்	84

முன்னுரை

நான் எழுத விரும்பிய அளவிற்கு எழுத
வில்லை என்றே நினைக்கிறேன். நான் இரண்டு
காரணங்களுக்காக எழுதுகிறேன். ஒன்று, பணம்
பண்ணுவதற்கு; இன்னொன்று, நான் மதிப்பு
வைத்துள்ளவர்களின் மதிப்பைச் சம்பாதிப்
பதற்கு... நான் ஒன்றும் பெரிய நாவல்
ஆசிரியன் இல்லை என்பதும் எனக்கு நிச்சய
மாகத் தெரிகிறது...

தம்முடைய எண்பதாவது வயதில்
பி.பி.சி.க்கு அளித்த பேட்டியில்
இ.எம். ஃபாஸ்டர் *(E.M. Forster–1879–1970)*

பிழைப்பிற்கான நாடோடி வாழ்வில் இயல்பாக
நிகழும் சொந்த மண், சொந்த ஊர் நினைவிழப்புகளி
லிருந்து என்னை ஸ்திரப்படுத்த நான் பற்றிக்கொண்ட
புனைவுலகம் வெவ்வேறு காலங்களில் என்னை மீட்டெடுத்
திருக்கிறது.

அவநம்பிக்கை கொண்டவனாகவும் துல்லிய முடி
வெடுக்கவியலாதவனாகவும் என்னை அறிந்துகொண்ட
பிறகு குற்றவுணர்வுகளையும் கழிவிரக்க முனகல்களை
யும் எழுத்தாக்கத் துவங்கிய ஆரம்பத்தில் முதல் உரை
யாடல்காரரான ஹவியிடமிருந்து நான் எடுத்துக்கொண்டு
பதியனிட்ட தானியச்சொற்களில் பச்சையம் பூக்கும்
பருவத்தில் எங்களின் நடுவே காலம் அமர்ந்தபடியிருக்
கிறது.

எழுதிய கதைகள் வரைகின்ற சித்திரம் மீது நிச்சயமாக அந்தக் கனவினுடையதுதான் எனக் கூறவியலவில்லை. குறைவான வாசிப்பினாலும் அனுபவப் போதாமையினாலும், எழுதிக்கொண்டிருக்கும் கதைக்குள் அமர்ந்திருக்கும் முதியவன், 'இந்தப் பனிக்காலத்தில் எனக்குத் தேவையான சுருட்டை வாங்கித் தரவியலாத நீ இங்கிருந்து வெளியேறு' எனக் கத்துவதை மௌனமாகக் கேட்கிறேன்.

இக்கதைகளுக்குள்ளிருந்து விரைந்து வெளியேறுவதுதான் இவ்வயற்சியிலிருந்தும் கசப்பிலிருந்தும் நான் தப்பிப்பதற்கான வழி என நம்புகிறேன்.

மதுரை   பா. திருச்செந்தாழை

உ ஐ

ஓவியத்தை வனைந்து பார்ப்பவள்

அக்கா அமர வைத்த கல்லின் வெதுவெதுப்பு ஈர உடைகளையும் தாண்டிப் படர்ந்தது. வெய்யில் இறங்கத் துவங்கிவிட்டதென அக்கா கூறினாள். வெய்யிலின் நிறம் பற்றி ஒருமுறை கேட்ட பொழுதில் வெள்ளையெனவும், பிறிதொரு தருணத்தில் பொன்னிற மஞ்சளெனவும் கூறியவள் தொடர் மழைப் பருவத்தில் வெய்யில் மென் கருமையானது என்றாள். எனது இருள் மனப் பள்ளதாக்குகளில் அந்நிறங்களின் ருசியை அறிய இயலாமல் ஏங்கிய முகக்குறிப்புகளைக் கண்டவள் கடைசி யாக வெய்யில் ஒரு பறவை என்றாள். எனக்கு அது உவப்பானதாயிருந்தது. மாலை வேளைகளில் திண்ணை யில் அமர்ந்திருக்கையில் வெய்யில் பறவை என்னைக் கடந்து செல்வதை நன்றாக உணர்ந்தேன். இரவிற்கு அக்கா எதனையும் வரைந்து தரவில்லை. அதை நான்தான் அவளுக்கு வரைந்து காட்டவேண்டுமென்று அழுதபடி ஒருமுறை கூறினாள். ஏரியில் நீர் உடையும் சப்தம் கேட்டது. அக்கா குளிக்கத் துவங்கிவிட்டாள். இருவரும் சேர்ந்து நீந்திய முன்தினமொன்றில் வெங்காயத் தாமரை களின் வேர்க் குழப்பத்தினூடே இருவரும் சிக்கிக்கொண் டோம். நீர் தெறிக்கும் சொற்களால் அக்கா கதறினாள்.

"நூறாயிரம் ஸர்ப்பங்கள் நமது கால்களைச் சுற்று கின்றன. ஏரியின் வாய் திறக்கிறது. நான் பார்த்து விட்டேன்" என்றபடி ஆடைகளற்ற எனது இடுப்பைக் கட்டிக் கொண்டாள். மழலையின் விரல்களைப் போலத்தான் வேர்களின் ஸ்பரிசத்தை நான் உணர்ந்தேன். உற்சாக மாகச் சிரித்தவிதம் பிஞ்சு நகங்களால் எனது மார்பில் அறைந்த ஏதோவொரு குழந்தையின் விரலை நினைவில் மீட்டன தாமரை வேர்கள். நன்றாகத்தான் இருக்கிறது செல்லமே, ஆனால் இப்பொழுது நான் போக வேண்டு

மெனக் கூறியபடி மிக மென்மையாக ஒவ்வொரு விரலாய் அதன் கையை எடுத்து விட்டேன். விழுங்கிய நீரை ஓங்கரித்து வாயிலெடுத்தபடி அக்கா, "எப்படி எப்படி ..." எனக் கரைக்கு வந்து கேட்கையில், "அமைதியாயிருந்த தாமரை வேர்களை நீ உன் நினைவுகளில் முடிச்சிட்டுக்கொள்ளத் துவங்கினாய். ஒவ்வொரு முறை உன் பதட்டமிக்க கால்களால் உதைத்துத் தள்ளுகையில் எலும்புகள் சிதைந்த பிஞ்சு விரல்களை மட்டுமே நான் பார்த்தேன்" என்றபடி அழுதேன். ஈரம் உலர்ந்த விரல் களால் எனது கண்களை வருடியபடியிருந்தாள் அக்கா.

செ
ன்ற வினாயகர் சதுர்த்தியன்று சாமிக்குச் சிலை செய்யக் களிமண் உருண்டைகள் பிடிக்க ஏரியின் மணல் குழைந்த கரையில் பாதம் பதிய இருக்கையில், இரு உள்ளங்கையின் அளவைத் தாண்டிய களிமண் உருண்டையொன்றை என்னிடம் தந்த அக்கா இதுதான் பூமியென்றாள். நானும் எனது மனமும் ஒரு அடிகூட நகரவியலாமல் தடுமாறிய போது, ஆட்காட்டி விரலுக்கும் கட்டை விரலுக்குமிடையிலான சதுரத்தை இதுதான் இந்தக் கிராமம் என்றாள். எனக்குள் கடுமையான மூச்சுத் திணறலை உணர்ந்தேன். நடுங்கும் குரலுடன் இதில் இந்த ஏரி எங்கிருக்கிறது என்றபொழுதில் கட்டை விரலின் நுனிச் சதையைக் களிமண்ணின் மீது மிதம் தாண்டி அழுத்தி எடுத்தாள். உருண்டையின் சமதளத்தில் அந்தப் பள்ளத்தை உணர முடிந்தது. இரண்டாம் தடவையாகச் சிலிர்ப்பும் அழுகையுமான குரலில் இதுதானா இந்த ஏரி என்றேன். அக்கா சில நீர்ச் சொட்டுகளை அப்பள்ளத்தில் ஊற்றி இது நிஜமாகவே ஒரு ஏரியாகிவிட்ட தென்றாள். விரல் நுனி வழியாகப் பரவிய ஏரியின் சித்திரத்தை மிகச்சரியாக எனக்குள் வரைந்த திளைப்பில், 'அதன் கரை விளிம்பில் இரு பெண்கள் சிலை செய்தபடி பேசிக்கொண்டிருக் கிறார்கள் சரிதானே' என்றபோது இளஞ் சூடாய் கண்ணீர் இளகத் துவங்கியது என் விழிப் பரப்பில். ரத்தப் படலச் சுவர்களும், அலைகின்ற மென்னிருளுமே எனது உலகமா யிருக்கிறது. அவ்வப்பொழுது மின்னலைப் போலக் குரல்கள் தெறித்து விழுகின்ற என்னுள் முகங்களற்ற மனிதர் களின் புகைப்படங்களைச் சேகரித்து வைத்திருக்கிறேன். குரல்கள் பெருக்கெடுத்து ஓடும் நதியின் நடுவே நான் நிற்கிறேன். சில குரல்களை உள்ளங்கையினுள் நீரைப் போல நிரப்பிப் பாதுகாத் திருந்தாலும் அவைகள் விரலிடுக்கில் ஊறி வழிந்துவிடுகின்றன. கைக்கு அருகாமையில் ஆனால் அகப்படாத தூர வித்தியாசத் தில் செல்லும் குரல்கள் மேலும் சில அடிகளில் பேரிரைச்சலாய் மாறி மறைகின்றன. எதிர்பார்க்காத தருணத்தில் அடிவயிற்றைக் குளிர்ந்த விரல்களால் தடவி ரகசிய கூச்சத்தையும் விளங்க வியலாத சந்தோஷத்தையும் தந்து செல்கிற குரல்கள்தான்

எனக்குப் பிடித்தமானவை. அவைகள் ஒருபோதும் சப்தமிடு வதில்லை. தீண்டிச் செல்கின்றபொழுது அவைகள் பாதச் சுவடுகூடப் பதிப்பதில்லை. வாசனைகளும், சப்தங்களுமற்ற கணங்களில் மரணம் நிகழ்கிறது என்னுள்.

மிகச்சிறு வயதில் வீடு வரைதான் பூமியிருந்தது. வாசலின் நுனிக்குக் கீழ் பாதாளம் வாய் பிளந்து கிடப்பதுதான் எனது கனவின் அருபச் சித்திரமாயிருந்தது. மெதுமெதுவாக என் காலடிகளின் கீழ் உலகம் வளர்ந்துகொண்டே சென்றது. ஏற்கனவே வரையப்பட்ட ஓவியத்தை எனது பாதங்களில் தேய்த்து உணர்ந்தபடி பூமியின் மொத்தத்தையும் எனக்குள் ஒரு வரைபடமெனச் சேகரித்து வைத்துக்கொள்ள வேண்டு மென வெறியில் மூர்க்கமாக நெடுந்தொலைவுகள் சென்றாலும் மீண்டும் மீண்டும் ஆதி ஓவியத்திடம் நான் தோற்றபடியே யிருந்தேன். ஆனால் இருக்கின்ற ஒரே சித்திரத்தையும் நாம் முழுதாகப் பார்த்துவிட்டோமானால் கனவுகள் உருப்பெறாத தூக்கமும் வருமென அக்கா கூறினாள். மிகப்பெரிய சித்திரவதை யின் பலனைத் தரும் அச்செயலைப் பிறகு நான் நிறுத்திக் கொண்டேன். நிச்சயமற்ற தன்மையுடன்தான் பாதங்கள் அடுத்த அடியை எடுத்து வைக்கின்றன. பாதத்தின் அழுத்தத்தில் நெரிகின்ற மணலின் குரலில் உலகம் தன்னைப் புரிந்து கொள்ளுமாறு மன்றாடுகிறது. எப்பொழுது வாயில் இட்டாலும் இனிக்கின்ற இலந்தைப்பழத்தின் கொட்டையெனப் பூமியை என் ஞாபக நாவுகள் துழாவித் துழாவிச் சுவைத்துக்கொண்டே யிருந்தன.

கோடை காலத்தில் மரணமுற்ற முதியவனுக்காக நானும் அக்காவும் அப்பிரதேசத்திற்கு வந்திருந்தோம். மனிதர்கள் வெளியேறிய அக்கிராமத்தில் ஒரு பறவையைப் போல அவன் மரித்துக் கிடந்தான். 'நீரைக் குடித்த வெயில், நிலங்களையும் தின்ற பிறகு மனிதர்களைக் கொல்லத் துவங்கிவிட்ட'தென யாரோ மிரண்ட குரலில் கூறியபடியிருந்தனர். அழுகையின் ஒலியேயில்லை என்பதைப் பிறகுதான் கவனித்தேன். நிசப்தமான கணங்களைக் கிழிக்கும்படி ஒரு முதியவளின் ஊளை எழுந்தது. நிச்சயமாக அழுகையல்ல. அவன் வாழ்ந்து சென்றதற்கான தடங்களைத் தனது நினைவுகளில் பிரிக்கவியலாத ஒரு கொடி யெனச் சுற்றிக்கொண்ட அம்முதியவளின் ஊளையொலி இனி தான் மட்டுமே சுமக்க வேண்டியிருக்கின்ற அந்நினைவு களின் பாரத்தால் எழுந்ததென நான் உணர்ந்தேன். பொதுவாக மரணம் எனக்குள் எவ்வித உணர்வுகளையும் எழுப்பியதே யில்லை. உட்புறம் குழிந்த மரத்துண்டின் வாயைத் தோலினால் இழுத்து மூடிய விநோத இசைக்கருவி அப்பாவிடம் இருந்தது. பால்யத்திலிருந்து இன்று வரை அப்பா தனது மூச்சினால்

அதனுடன் பேசியபடியேயிருந்தார். பதிலாக அந்த இசைக் கருவியும் பேசும். சில நாட்களில் அதன் குரலில் ஆதுரம் வழியும், எப்பொழுதாவது கடும்சினத்துடன் ஏசும். அரிதான சில பொழுதுகளில் அது மெளனமாகவேயிருக்கும். அப்பாவின் மூச்சுக்காற்று வெறும் சப்தமாகவே எதிரொலிக்கும் அவ்வேளை களில் அது தனது துயரத்தினுள் அமிழ்ந்து கிடப்பதாகக் கூறியபடி அப்பா அதனை மென்மையாகப் பரணில் படுக்க வைப்பார். மரித்த பிறகு குரல்கள் எங்கு செல்கின்றன என அக்காவிடம் கேட்டேன். மேலும் இருக்கிறார்களா மரித்து விட்டார்களா எனத் தெரியாத பலரின் குரல்கள் வயதேறிய பெருமரமொன்றின் இலைக்கூட்டத்தினுள் அடைந்து கிடக்கும் ஆந்தைகளென எனக்குள் இருக்கின்றன. குரல் களுக்குக் காலம் இல்லை. மரித்துக் கிடக்கும் இம்முதியவனின் குரலும் அம் மரத்தில் எங்கோ அமர்ந்திருக்கிறது. ஞாபகச் சொடுக்கால் நினைத்த பொழுதில் அதனைப் பறக்கச் செய்ய இயலும். சடலங்கள் கரைகின்ற சிதையினருகே குரல் மட்டுமே தனியனாக எஞ்சுகிறது என்றேன். அக்கா அமைதியாக இருந்தாள்.

குளிர்மையும், விறைப்பும் எறும்புகளைப் போலப் பரவிக் கொண்டிருந்த அம்முதியவனின் சடலத்தைத் தடவித் தடவி அவனது பாதங்களை வந்தடைந்தேன். யாருமறியா வண்ணம் அப்பாதங்களில் முகம் புதைத்தேன். மண்ணின் வாசனையேறிய அப்பாதங்களைத் தீவிரமாய் நுகர்ந்தேன். பாலை நிலமொன்று நதியென மூச்சுக்குழலுள் பாய்ந்தோடியது. இதுவரை நான் உணராத பல்வகை நிலங்களின் வாசனைகள் காய்ப்பேறி விரிசலுற்ற பாதங்களுள் ஒளிந்திருந்தன. அவன் பயணித்த வழிகளின் வரைபடச்சுருள்கள் வாசனைகளின் வடிவில் உருமாறிக் கிடப்பதாக உணர்ந்த கணத்தில் மிகுந்த கவனத் துடன் அவ்வாசனைகளை எனது நினைவடுக்கில் பதுக்கிக் கொண்டேன். பூமி பற்றிய எனது சித்திரத்தேடுதலில் அந்த வரைபடங்கள் தன்னளவிலான பூமியின் சித்திரத்தை எனக்குத் தரவிருக்கின்றன.

வீடு திரும்புகின்ற மென்சூடான மாலையில் தாகத்தைத் தணிக்க இனிப்பும் துவர்ப்புமான பழத்தினைத் தின்றபடி நடந்தோம். வெப்பம் மிகுந்த நாளில் அப்பழத்தின் கனத்த தோல் பிறந்திருக்கிறது என்றாள் அக்கா. மழையின் குளிர் திவலைகள்தான் ருசிமிக்க பழச்சுளையாய்க் கருக்கொண்டன எனச் சிரித்தேன் நான். மென் கசப்பான தோல் மூடிய விதையை முன்பற்களால் உடைத்தபடி 'இது?' என்றேன். சற்று நேரம் யோசித்த அக்கா 'குரலின் காலத்தில்' என்றாள். என்னுடலின் ஒரு உறுப்பைப் போல அக்காவை உணர்ந்த தருணமது.

  வெயில் நண்பன், பிரார்த்தனை, ஒரு பிரதேசம்

பூனை மயிரோடிய அக்காவின் கன்னத்தில் நான் நடுங்கும் உதடுகளால் முத்தமிட்டேன். இலைகள் உதிர்ந்தபடியிருந்த காலத்தில் அக்காவின் குரலில் மகரந்த வாசனை எழுந்தது. எல்லோரும் உறங்கிய இரவில் தூக்கமிழந்த அவளின் நிலை பற்றி அவளது உடைகள் ரகசியக் குரலில் என்னிடம் சரசரத்தன. மெல்லிய உலோகத் தகடுகளைப் போலான காய்ந்த இலைப் படுக்கையின் மீது நான் அமர்ந்திருந்தேன். அக்கா பேசிக்கொண் டிருந்தாள். உறைந்த பனிப்படுகையின் கீழ் தெறித்தோடும் நதியின் ததும்பலைத் தனக்குள் மறைத்தபடியிருந்தன அவளது சொற்கள். அதுவொரு விளையாட்டைப் போலிருந்தது. ஏதாவ தொரு கணத்தில் அவளே அவ்விளையாட்டை முடித்து வைப்பா ளென மெல்லிய புன்னகையுடன் நான் காத்திருந்தேன். நேர மேறியபடியிருந்தது. அக்காவின் குரல் நெடிய வீடொன்றில் வரிசையாக மூடப்படுகிற ஒவ்வொரு கதவிற்கும் பின்னால் தேய்ந்தபடி நகர்ந்தது. பூவின் மென்மையுடன் ஒவ்வொரு சொல்லாய் என் கையில் தந்து அதன் வாசனைகளை நுகர்ந்து நான் பதிலளிக்கும் வரை காத்திருந்த அக்காவின் குரலில் இன்று தப்பித்தோடுகிற பறவையின் சிறகுகளை உணர்ந்தேன். முதன்முதலாக என்னைப் பார்வையற்றவளென அவள் பாவித்த அந்தக் கணத்தில் உடல் அதிர்ந்தது. பரிதவித்தபடி அவளது கைகளைப் பற்றினேன். மெலிந்து நீண்ட காம்புடன் உள்ளங் கையளவிலான பச்சைய வாசனையுள்ள இலையை அவளின் விரல்களில் கண்டேன். மிக எளிதாக அவ்விலையை அவள் என்னிடம் தொலைத்தாள். பின்னிரவில் அந்த இலையை எடுத்து நுகர்ந்தேன். பச்சையமும் வேறுசில வினோத மணமும் அதிலிருந்தன. அடர்த்தியான அவ்வாசனை முரட்டுக் கரத்தைப் போல என்னைத் தீண்டியது. ஆயினும் அதன் குளிர்ச்சி மகிழ்வின் ருசியைப் பிரதிபலித்தது. எண்ணெய் வழுவழுப் புடனிருந்த இலைப்பரப்பை ஒருமுறை தடவுகையில் ஆழ் மனதில் கிளர்ச்சியின் மின்னல் எழுந்தடங்கியது. நம்பமுடியாத வளாய் மறுபடியும் அவ்வாறே ஸ்பரிசிக்க, உடலின் அந்தரங்க உறுப்பொன்று சட்டென உயிர்பெற்று விம்மித் தணிந்தது. இப்பொழுது அது இலையாக மட்டுமின்றி வேறு சில கனவு அறைகளை ப்ரியமான உரிமையுடன் திறக்கத் துவங்கிய ரகசிய மென உருமாறியது. அன்றைய இரவில் மூன்று முறை அவ்விலை என்னைச் சல்லாபித்து வியர்வைப் பெருமூச்சுகளுடன் உடைந் தடங்கச் செய்தது. அக்காவிற்கும், எனக்கும் நடுவில் விழுந்த இலை தினமும் துளிர்த்தபடியிருந்தது. சமீபமாய் அவளது சொற்கள் கருவிழியற்று என்னைத் தீண்டும் வழியறியாமல் வேறெங்கோ அலைந்தவிதமிருந்தன. முதன்முறையாக அக்காவின் மேல் துவேசத்தின் சிறு கசப்பு பரவுவதை உணர்ந்தேன். துளிர்த்த இலை அக்கசப்பை ஒரு பிராணியெனப் பருகியபடி

ராட்சத வேகத்தில் வளர்ந்து பெருகியது. ஒரு பெருவனமென அது விரிந்துவிட்ட நாளில் அவ்வனத்தின் எதிரெதிர்த் திசைகளில் இருவரும் சென்றுகொண்டிருந்தோம். ஏரிக்கரைக்கு முன்பாகப் பாதை கிளைவிடும் புள்ளியில் அவள் தேங்கி நிற்கத் துவங்கினாள். சமயங்களில் மிகச் சன்னமான குரலில் யாரோ கூறிய சொற்களைத் தனக்குள்ளாகவே மீண்டும் மீண்டும் சொல்லியபடி ரசித்தாள். பசிய இலையிடம் நான் அவற்றையெல்லாம் கூறுகையில் அது பதிலற்ற மோகத்துடன் என் மார்பிளவுகளில் தன் கூர்நாக்கால் வருடியபடியிருந்தது.

கிழங்குகள் முதிர்ந்த காலத்தில் காட்டுப்பன்றிகள் தங்களது வேட்டையை எங்களின் தோட்டத்தில் நிகழ்த்திக்கொண்டிருந்தன. கடித்தவுடன் வெடிக்கக்கூடிய வெடிகளைத் தோட்டத்தில் ஊடுபாவாக ஒளித்து வைக்க எல்லோரும் சென்றிருந்தார்கள். மண் அடுப்பிலிருந்து இழுத்து விடப்பட்ட சுடுசாம்பலின் வெம்மை மணம் குடிசையெங்கும் மிதந்தபடி யிருந்தது. நான் இலையுடன் பேசியபடியிருந்தேன். அதன் குளிர்ந்த உயிர்ப்புத்தன்மை இன்று மிகவும் குறைவாயிருந்தது. உலோகமாகிக்கொண்டிருந்த அதனுடல் என்னுள் பீதியைக் கிளரச் செய்தது. அது மரணமுறப் போகிறதா ... தெரியவில்லை. அக்காவிற்குப் பிறகான மற்றொரு பிரிவை நினைத்துப்பார்க்க முடியவில்லை. விரல்கள் கவனத்தையிழந்த கணத்தில் ஜன்னல் காற்று அவ்விலையைக் கொத்திப் பறந்தது. ஒரு கணம் என்ன நிகழ்ந்ததென்றே எனக்குத் தெரியவில்லை. பிரக்ஞையின் சூட்டிழுப்பில் உடல் அதிர்ந்து விழித்தது. பதற்றமடையாமல் இயல்பாகத் தேடினாலே அவ்விலை கைகளைப் பற்றிக்கொள்ளு மென நிதானமாகத் தேடத்துவங்கி, வெகுசீக்கிரமே துர்நம்பிக்கை கள் சூழ்ந்த வெறி பிடித்தவளாய் அறையின் சிறு பரப்பெங்கும் விலங்கெனப் பரபரத்தபடியிருந்தேன். திடீரென அவ்வாசனை எழுந்தது. பச்சைய மணம். வாசல் கதவுகள் திறந்திருக்க ஒரு குரல் எழுந்தது. தயங்கிய அந்தக் குரல் அக்காவின் ரகசியச் சொற்களின் சாயலில் இருந்தது. அறையெங்கும் ஊற்றெடுக்கத் துவங்கிய பச்சைய மணத்தினுள் இலையே மனித உருக்கொண் டிருப்பதாய் ஒரு பிரமை எழுந்தது. ஆழ்மனம் வெகுசீக்கிரமே அப்பிரமையின் ருசியைப் பருக ஆரம்பித்தது. வியர்வை அரும்பிய என் பதற்றம் தேயத்தேய நான் மெலிதாகப் புன்னகைத்தபடி அணைக்கும் விதம் இரு கைகளையும் விரித்தேன். இலை அமைதியாயிருக்க, கதவு தன் இமைகளை மூடிக்கொண்டது. அடர்ந்த பச்சைய மணத்தில் இலை செய்வதறியாது திகைக்க, நான் உள்ளூரத் ததும்பிய கிளர்வின் சிலிர்ப்பூட்டும் மாயவிரல்களில் எனது உடைகளைக் களைந்தபடியிருந்தேன்.

☙ ❧

     வெயில் நண்பன், பிரார்த்தனை, ஒரு பிரதேசம்

அத்தை

நினைத்தது போலவே அத்தை சூசை டாக்டரின் பழைய வீட்டருகே நின்றுகொண்டிருந்தாள். சிதில மடைந்து பயனற்றுப்போன வீட்டுக்குள் முட்தாவரங்கள் வனத்தைப் போலப் பெருகிவிட்டிருந்தன. கருவேலம் கிளையொன்றின் மிருதுவான விரல் நீள மஞ்சள் நிறப் பூவை அத்தையின் விரல்கள் ஸ்பரிசித்தபடியிருந்தன. ஒரு ஆற்றைப் போல வெயில் உறைந்து கிடந்த யாருமற்ற பகலின் வீதியில் அவளின் சித்திரம் அற்புதத்தின் உச்சமா யிருந்தது. இதற்கு முன்னான பல சந்தர்ப்பங்களிலும் அவள் அங்குதானிருப்பாள் என்ற நம்பிக்கையுடன் வருகையில் திருப்பத்தில் வளைவதற்கு முன்பே தனித்து நிற்கின்ற அவளின் சித்திரம் நினைவில் விரிந்துவிடும். பிசிறற்ற அச்சித்திரத்துடன் நிஜமாகவே அவள் நிற்கின்ற காட்சி பொருந்துகையில் ஏற்படுகிற சிலிர்ப்பு இன்றும் ஏற்பட்டது.

அத்தை நின்றுகொண்டிருந்தாள். காலம் ஒரு திருடனைப் போல அவளது வனப்புகளைக் களவாடிச் சென்றுவிட்டிருந்தது. சிறு வயதுகளில் மயிலோவியம் வரைந்த அவளது வெள்ளை நிறப் பாவாடை மடியில் படுத்தபடி கதை கேட்டுக் கழிந்த இரவுகள் அப்பருவத்தின் மிச்ச ஞாபகமாய் இன்றுமிருக்கிறது. தனக்குத் தானே கால் கழுவிக்கொள்ளத் துவங்குவதிலிருந்து ஒருவனின் குழந்தைப் பருவம் முடிவடைகிறது. மரப்பாச்சிப் பொம்மைகளின் சினேகத்தைப் பின் அவன் விரும்பு வதில்லை. அத்தையை ஒரு மரப்பாச்சியென நான் கைவிட்டுவிட்ட இந்த வருட இடைவெளிகளில் எங்களிருவருக்குமான செடியில் சில இலைகள் உதிர்ந்தும் ஓரிரு பூக்கள் பூத்துமிருந்தன.

பட்டாம்பூச்சியின் சிறகசைவு போன்று அத்தையின் உதடுகள் துடித்த வண்ணமிருந்தன. அனேகமாய் அதுவொரு பாடலாக இருக்க வேண்டும். என்னைப் பார்த்த அவளின் முகத்தில் நுண்ணியதொரு புன்னகை கடந்து மறைந்தது. பொது வாக அத்தை யாரிடமும் பேசுவதில்லை. குன்னத்தூரிலிருந்து மாமாவால் மொட்டையடித்து அடித்துவிரட்டப்பட்டு கள்ளிக் குடிக்கே வந்து சேர்ந்த பிறகு அவளின் பச்சையமிக்க முற்கால நினைவுகளை மறந்த ஊர் அவளை ஒரு கிறுக்கச்சியென பாவித்தது. வீட்டுத் திண்ணையில் முழங்கால்களை மடக்கி அமர்ந்தபடி வெய்யிலின் மௌனத்துடன் உரையாடிக்கொண் டிருக்கும் அவளது சொற்கள் யாராலும் சேகரித்துக்கொள்ள வியலாத ரகசியத்துடன் வீதியில் கிடந்தன.

"என்னடா..?"

என்றது அத்தை. அத்தையுடனான என் உரையாடல்கள் எந்த வயதில் முடிந்து நின்றதெனத் தெரியவில்லை. உலகிலிருந்து நழுவிச் சென்றுவிட்ட அவளது இருப்பில் இன்னமும் என் சார்ந்த ஞாபகம் உலர்ந்துவிடாமல் இருப்பது இனம் புரியாத சந்தோஷமாயிருந்தது. அவ்வொற்றைச் சொல்லின் மூலம் இருவருக்குமான தொடர்பற்ற இறந்தகாலத்தை எளிதாகக் கடந்திருந்தாள்.

"மாமாவுக்கு ரொம்ப சொகமில்லையாம். அம்மா உன்னை குன்னத்தூருக்கு கூட்டியாரச் சொல்லுச்சு..."

அத்தையை விரட்டிய பிறகு மாமா இரண்டாவது கல்யாணம் செய்து கொண்டார். வெள்ளாகுளத்துப் பக்கம் இரண்டாவது அத்தைக்குச் சொந்த ஊர். ஒருவகையில் மாமாவும் எங்களுக்குச் சொந்தம்தான். தட்டிக் கழிக்கவியலாமல் அந்தக் கல்யாணத்திற்கும் தலையைக் காட்ட வேண்டியிருந்தது. நல்ல இருட்டிலிருக்கிற விடிகாலை வேளையில் யார் கண்ணிலும் பட்டுவிடாமல் குளித்துக் கிளம்பி ரயில்வே ஸ்டேசனில் நின்று கொண்டிருந்தோம். அம்மாவுக்கு அவ்வளவு வருத்தம்.

"யாரைக் கொற சொல்றது. எத்தன நாளு நான் எந்திரிக் கிறதுக்கு முன்னாடியே நம்ம வீட்டு வாசலுக்கும் சேத்து கோலம் போட்டுட்டு சிரிச்சிருப்பா. செல்லாக்காசா கெடக்கா. இந்த நொம்பலத்துல அவ சக்களத்திக்கும் பூப்போடப் போறோம்."

அம்மா சொல்லிக்கொண்டிருக்கும் பொழுதே ஸ்டேசனின் இரும்புக்கிராதிகளுக்குத் தள்ளியிருந்த புளியமர இருளில் அத்தை நின்றிருந்தாள். அந்த நிற்கின்ற விதமும், தலையின் ஒரு பக்கம் சாய்வும் அத்தைதான் என உறுதியாய்க் கூறப் போதுமானது.

ரயில் வந்து ஜன்னலின் விளிம்பில் ஒரு புள்ளியாய் மறைகின்ற வரை அத்தை அப்படியேதான் நின்றிருந்தாள்.

அத்தையின் விரல்களிலிருந்து விடுபட்ட கருவேலங் கிளை சீரானதொரு வேகத்தில் சென்று வந்தது. அதற்கு மேலான எவ்வித அதிர்வுமில்லை. அவளிடம் நான் எதிர்பார்த்த தும் அதுதான் என்பதால் ஏமாற்றமுமில்லை. மூன்றாவது நபரைப் போலப் பார்த்துக்கொண்டிருந்த சைக்கிளைக் காட்டிய படி,

"போவமா . . ." என்றேன்.

செந்நிற மண்பானையின் விளிம்பைப் போல மினுங்கும் உச்சிச் சூரியனிலிருந்து வழிந்தோடும் திரவமெனச் செம்மண் பாதை கிடக்க, சப்தங்களொடுங்கிய வயல்களுக்கு நடுவே சைக்கிளின் உராய்வுக் கிறீச்சிடல் தனியொரு பாடலாய் ஒலித்துக்கொண்டிருந்தது. அத்தை மௌனமாகவே வந்துகொண்டிருந்தாள்.

அன்று வீட்டில் திருடியிருந்தேன். வியர்வை பிசுபிசுக்கும் உள்ளங்கைக்குள் சில நாணயங்கள் பெரும் பாரமாய் ஊறிக் கிடக்க அதிரும் மனதுடன் பேச்சிக் கிழவியிடம் கருப்பட்டிப் பணியாரங்கள் வாங்கி டவுசருக்குள் பதுக்கியபடி சோளக் காட்டின் மத்தியில் பாதியைத் தின்று மீதியைப் பறவைகளுக்கும் வீசியெறிந்தேன். அப்படியும் தீர்ந்துவிடாத மிச்ச நாணயங்களை நாடார் தோட்டத்தின் அகன்றவாய்க் கிணற்றின் பச்சைநிறத் தண்ணீருக்குள் நழுவவிட்டு இருளத் துவங்கிய மாலையில் வீட்டிற்குத் திரும்புகையில் வாசலில் அம்மாவுடன் பேச்சிக் கிழவி நின்றுகொண்டிருப்பது தூரத்தில் தெரிந்தது. தென்னை மட்டையின் விளாசலில் கசிந்த ரத்தத் துளிகளின் மேல் உப்புக் கல்லைத் தேய்த்துவிட்டுத் தூணோடு சேர்த்து எனது கைகளைக் கட்டிவிட்டிருந்தார் அப்பா. மரத்தூணின் வினோத வாசனை யுடன் கண்ணீரின் உப்பைச் சுவைத்தபடி தொய்ந்து கிடந்தவனை, எல்லோரையும் திட்டியபடி அத்தைதான் அவிழ்த்துவிட்டாள். எதையோ குழவியில் அரைத்தபடி அம்மா உள்ளிருந்து கத்தினாள்.

"ஏதோ ஆசையில திருடிப்பிட்டான், அத யாரும் குத்தஞ் சொல்லலை இவளே. வாங்குன பணியாரத்துக்குக் கணக்குப் பாத்து காசு கொடுக்கத் தெரிய வேணாம்? ரெண்டு ரூவாய சேத்துச் குடுத்துட்டான்னு பேச்சியாத்தா வந்து தந்துட்டுப் போவுது. இவென்லாம் என்னத்தப் படிக்கிறான்னு தெரியலை போ . . ."

பா. திருச்செந்தாழை❦ 23 ❧

வழவழப்பேறிய கருங்கல் முற்றத்தில் வரிசையாக வைக்கப் பட்டிருக்கும் புள்ளிகளில் விரல்பிடியிலிருக்கும் மாக்குச்சியால் புதியதொரு கோலத்தை யோசித்துக்கொண்டே சரசரவெனக் கோடிழுக்கத் துவங்குவாள். அத்தை விரல் நுனியிலிருந்து நீளத் துவங்குகிற பாம்பு ஒவ்வொரு புள்ளிகளையும் இரையெனச் சுருட்டியபடி மென்மேலும் வளரத் தொடங்குகிற அதே வேளை யில் வேடிக்கை பார்த்தபடியிருக்கும் எனக்கானதொரு கதையும் அவளது கனவுப் பகுதிகளிலிருந்து உருப்பெறத் துவங்கும். நேரமேற, தனது கதையின் ஆழத்திற்குள் அவளே மூழ்கிப் போயிருக்க, அனைத்துப் புள்ளிகளையும் செரித்துவிட்ட பாம்பு மேற்செல்ல வழியின்றித் திகைத்து முடியும். எங்களிருவரைச் சுற்றியும் அத்தையின் சொற்களால் விளைந்த வனமும், நட்சத் திரங்களும், தேவதைகளும், ரத்தம் விரும்பாத அரக்கர்களும் சிலையென உறைந்திருக்க நடுங்குகின்ற தனது கைத்தீப்பந்தத்தால் ஒவ்வொரு உலகமாக என் கண்களுக்குக் காட்டியபடி செல்வாள். அனேகமாய் அவள் கூறுகிற எந்தக் கதைக்கும் முடிவே இருந்த தில்லை. கற்பனையின் போதை கலந்த மெய்மறப்பிலிருந்து வெளியேறு கையில் தெருவும், பகலும் மிகப் புதியதாக எனக்குத் தோன்றும். விடுமுறைக் காலங்களில் விளையாட்டு மீதான என் பிரியங்களெல்லாம் அத்தையுடனான இருப்புகளின்மீது மாறத்துவங்கின. சீரற்ற கூர்மையுடனிருந்த என் பழக்க வழக்கங் களில் மென்மையான முனைகள் தோன்ற ஆரம்பித்தன.

கால் டவுசர்கள் எனக்குப் பொருந்தாமற்போன பருவத்தில் அத்தைக்குத் திருமணமாகிவிட்டிருந்தது. மேலும் எனக்கான உலகம் பெரும் மாறுதலுக்குட்பட்டிருந்த அத்தினங்களில் குன்னத்தூருக்குச் சென்றுவிட்ட அத்தை சார்ந்த நினைவுகள் மெதுவாக நிறமிழக்கத் துவங்கியிருந்தன.

நல்ல வெயிலடித்துக்கொண்டிருந்த ஒரு மதியத்தில் கல்லூரி சார்ந்த விஷயத்திற்காகக் குன்னத்தூருக்குச் சென்ற வேளையில் அத்தையின் நினைவெழ சிதிலமான கல் சந்தொன்றிலிருந்த அத்தையின் வீட்டிற்குச் சென்றிருந்தேன்.

வெற்றுடம்புடன் முன்னறையில் அமர்ந்து மார்பு ரோமங் களை கத்தரித்துக் கொண்டிருந்தார் மாமா. வீட்டின் பொருட்கள் ஒழுங்கற்ற விதமாய்க் கலைந்திருந்தன. குறுகிய கணத்திலேயே என்னை அடையாளங்கண்டுகொண்ட மாமா மிக லேசான – வேறு வழியற்ற – புன்னகையுடன் தலையசைத்தார். சம்பிரதாய மான துவக்க உரையாடல்கூட அதற்கான வலுவற்றிருந்த வேளையில் கையில் மஞ்சள் பையுடன் அத்தை வந்தாள். நதியென மஞ்சள் வெயில் வாசலில் பாய்ந்தபடியிருக்க மொத்தத் தையும் பருகியவளைப் போல வியர்வை பூத்த அக்குளுடன்

அத்தையை அவ்வளவு சிதிலமாய் நான் எதிர்பார்த்திருக்க வில்லை. ஆச்சர்யமாய் சிரித்தாள். எதையெதையோ விசாரித் தாள். எங்களுக்கு நடுவில் மாமா இருந்தார். மிக விரைவிலேயே என் வருகை மீதான கசப்பின் துளிகளை நான் உணரத் துவங்கினேன். பின்வந்த தினங்களில் குன்னத்தூரிலிருந்து வந்த அத்தை பற்றிய செய்திகள் வெகு சீக்கிரமே வரவிருக்கிற பதற்றமிக்க நாளொன்றிற்கான முன்னறிவிப்புகளாகயிருந்தன. ஒரு கோடையின் இறங்கு வெய்யிலில் எண்ணெய் வழிகிற மொட்டைத் தலையுடனும் சாயமிழந்து கிழிந்த உடைகளுடனும் ஆயாவுடன் அத்தை குதிரை வண்டியில் வந்திறங்கிய பொழுதில் அதிர வைக்கும் பெருங்குரலுடன் அழுதபடி ஓடிய அம்மாவின் முகத்தை மறக்கவியலாது.

விளக்குப் பொருத்த ஆரம்பித்துவிட்ட சாயங்காலத்தில் குன்னத்தூருக்குள் வந்திறங்கினோம். திண்ணையில் அமர்ந் திருந்த ஒன்றிரண்டு தூரத்து உறவுகள் அத்தையைக் கனமிக்க மனதுடன் எதிர்கொண்டன. எரிந்துகொண்டிருந்த மஞ்சள் நிறக் குண்டு பல்பின் ஒளியில் அமானுஷ்யமிக்க மௌனம் கசிந்துகொண்டிருந்தது. இருள் மறைத்துவிட்ட முற்றத்து வேப்பமரத்தை அண்ணாந்து பார்த்த அத்தை,

"வேப்பம்பூ வாடை இல்ல வாசம்…" என்றாள் மூச்சை இழுத்து நிறைத்தபடி.

முன்னறைக் கட்டிலில் கிடந்தார் மாமா. நெற்றியில் யாரோ பூசிய கோணல் திருநீறு. உதட்டின் விளிம்பிலும் அப்பியிருந்தது. மூடிய கண்களுடன் படுத்திருக்கும் அவரைச் சுற்றியமர்ந்திருந்த பெண்கள் அத்தையைப் பார்த்தவுடன் மெலிதாக விசும்பினர்.

மாமாவின் கால்மாட்டிற்கு எதிரேயிருந்த சுவரில் சாய்ந்த படி உட்கார்ந்தாள் அத்தை. அவளது பார்வை வீட்டையும், வீட்டிலிருப்பவர்களையும் பிரத்யேகமின்றித் தொட்டு நழுவியபடியிருந்தது. இறந்தகாலக் குற்றத்திற்கான மன்னிப்பை வழங்க வந்தவளைப் போல அவளை அனைவரும் பார்த்த படியிருக்க, சாவி தொலைத்துவிட்ட அறையின் வாசலில் நின்றுகொண்டிருக்கும் சிறுமியென அத்தை எங்கோ பார்த்தபடி ஏதோவொரு உலகில் இருந்தாள்.

சிறிய கிண்ணத்திலிருந்த பாலை அத்தையின் கையில் தந்த அம்மா உடைந்த குரலில் மாமாவிற்குத் தரச் சொன்னாள். அடுப்பங்கரையின் இருளுக்குள்ளிருந்து எழுந்த அழுகையின் ஒலி அறையெங்கும் தெறித்து வழிந்தது. வெள்ளாகுளத்து அத்தையின் நிழலுருவை அத்தையின் கண்கள், 'நான் என்ன செய்வது' என்ற பாவனையில் பார்த்தன.

கடைசி பஸ்ஸும் சென்றுவிட்ட நள்ளிரவின் துவக்கத்தில் அத்தை, 'கள்ளிக்குடில என்னை விட்டுர்றியா' என்றாள். இருந்து காலையில் போகலாமென்ற அம்மாவின் சொல்லை அத்தை பொருட்படுத்தவில்லை. ஈரம் பனிக்கின்ற அவளின் கண்களிலிருந்த கெஞ்சல் மிகுந்த சித்திரவதையளிப்பதா யிருந்தது.

எட்டிப் பார்க்கிற ஒரு பக்க முகத்தைப் போலிருந்த பாதி நிலவின் கீழிருந்த வயல்களின் தாவரங்களில் ஈரமிக்க கரும்பச்சை இலைகள் மினுமினுத்தபடியிருக்க கள்ளிக்குடிக்குப் பிரிகின்ற சிதிலமிக்க சிறிய சாலையின் துவக்கத்திலேயே அத்தை சைக்கிளை நிறுத்தச் சொல்லி இறங்கிக்கொண்டாள்.

"நீ போ. அம்மா தேடும். நான் போய்க்கிறேன்" என்றாள்.

மென்னிருளும் வெளிச்சமும் மாறி மாறி இழையும் அவளின் முகத்தைப் புதிதாகப் பார்ப்பவனைப் போலப் பார்த்தேன். மிகச் சிறிய புன்னகையுடன் வயல் வெளி யினூடான நிலவெளிச் சாலையில் செல்லத் துவங்கினாள் அத்தை.

ജ ൧

கோடைப்பகல்

வெளிப்புறமெங்கும் உப்புப் படிந்து காய்ந்துவிட்ட கரியநிற மண் பானையின் தூரில் குவிக்கப்பட்டிருந்த ஈரமணல்கள் உலர்ந்துகிடக்க, சமீபமாய் எறும்புகளின் புற்றாய் மாறிவிட்ட அப்பகுதியிலிருந்து சாண் நீளப் பூரான் தன் எண்ணவியலாப் பொடிக்கால்களுடன் சுவரோரமாய் ஊர்ந்து நகரத் துவங்கியது. அழகு அதைப் பார்த்தாள். தனிமையும் எரிச்சல் முளைக்கின்ற விதம் பரவி நின்ற மௌனமும் அதன் மீதான அருவருப்பு கலந்த பீதியை விலக்கிவிட்டிருந்தது. பக்கவாட்டுச் சுவரின் விரிசலூடே அப்பூரான் சென்று மறைய, எளிய தொரு இடமாற்றத்திற்கான சலுகை நிறைந்த அதன் வாழ்வு மீது பொறாமை படிந்த கோபமெழுந்தது.

கடந்த கோடைப் பருவங்களைவிட இக்கோடையின் முகம் குரூரமாய் இருந்தது. இச்சிறு கிராமத்தின் நிலப் பரப்புகளிலெல்லாம் கோடை மூர்க்கமுற்ற விலங்கெனத் தன் வேட்டையை நிகழ்த்திக்கொண்டிருக்க, நீர்நிலைகளின் காய்ந்த சகதிகளில் மீன்களும், இன்னபிற உயிரினங்களின் எலும்புகளும் மட்கிப் படிவாகியிருந்தன. எளிதில் கடந்து விடாத நெடும்பகல்கள் யாருமற்ற தெருவில் விரிந்து கிடக்க, சிறு வீடுகளின் சுவர்களனைத்தும் கடுமையாய் வெப்பமுற்று உள்ளிருப்பவர்களைப் பெரும் பைத்திய மாக்கும் வெறியுடன் மூச்சை விட்டன. கண்ணாடியான செவ்வெறும்புகள் மட்டும் இக்கோடையில் அச்சமுறும் விதமாகப் பெருகியபடியிருந்தன.

வேயப்பட்ட பனையோலைகளின் சிதிலங்கள் வழியே வெயில் ஒழுகிக்கொண்டிருந்தது. அழகு அம்மண மாய்ப் படுத்திருந்தாள். வியர்வை கசிகின்ற உடலை மரணத்தை நோக்கி நகர்த்தி வைத்திருப்பதைப் போல, இதற்கு மேலான சித்திரவதையைப் பொறுக்க மாட்டாத

வகையில் அவள் மாறியிருந்தாள். வெப்பக் காலங்களிலெல்லாம் அவளுடலில் பாம்பின் தோலைப் போன்ற பளபளப்புமிக்க செதில்கள் தோன்றிவிடுகின்றன. மெலிதாய் ரத்தம் கசிகின்ற தோற்பரப்பில் வியர்வையும், வெம்மையும் நோய்மையின் பரப்பை அகலப்படுத்துகின்றன. ஆரம்பப் பகல்களின் போது இந்நிர்வாணம் தந்த கிளர்ச்சிகளைத்தும் உச்ச பருவத்தில் மட்டுப்பட்டு உறைந்துபோயிருந்தன. செம்மண் புழுதிபடிந்த வீட்டின் பரப்பெங்கும் இறந்தகாலப் படிமத்தை அச்சூழலுக்கு வழங்கியிருந்தது. அவளுக்குச் சங்கிலியின் நினைவு வந்தது.

வேறொரு நிலப்பரப்பில் வாழ்ந்தழிந்த குடும்பத்தின் மிச்சமாய் நின்ற அழகுவைச் சங்கிலிதான் இவ்வூருக்குத் தன தாக்கிக் கூட்டி வந்தான். இங்கிருந்த சிறு நிலப்பரப்பில் அவனுக்கு விவசாயத் துணை வேண்டியிருந்தது. சொற்ப மனிதர்கள் வசிக்கும் இப்பிரதேசத்தில் அவன் தனக்கான அடையாளத்தை நிறைவேற்றிக்கொள்ள வேண்டி ஒரு வீட்டைக் கட்டி, அழகுவை அதற்குப் பொறுப்பாளியாக்கிவிட்டிருந்தான். அப்பொழுதான கோடைகளில் அவன் விவசாயத்தை நம்பாமல் தொலை விலிருக்கும் சிற்றூர்களில் மாதக்கூலிக்குச் சென்றான். ஊரிலுள்ள அனைத்து ஆண்களும், பெண்களும் அக்கோடை முழுவதிலும் அதுபோன்ற இடமாற்றத்தை இயல்பானதொரு வாழ்நிலை யாகவே ஏற்றிருந்தனர். அப்பகுதி முழுதும் சூன்யமாகிக் கிடக்கும் சமயங்களில் நடக்க முடியாத வயசாளிகளும், சில வளர்ப்பு நாய்களும் அக்குடிசைகளைக் காவல் காத்துக் கொண்டனர். சிற்றூரில் வசிக்கின்ற வியாபாரிகள் இப்பிரதேசத் தினரின் கடின உழைப்பிற்கான மான்யமாய் சிறிதளவு கூலியும் இருவேளைக்கான கம்மஞ்சோறும் மாட்டுக்கொட்டகையில் இட்டனர். உரமுற்று நிமிர்ந்த பெண்களின் சதைகளை இரவுக் கான உணவாய் வியாபாரிகளின் பணம் கைமாற்றி வாங்கிக் கொண்டது. ஆனால் சவாலுற்ற வாழ்க்கையில் உலர்ந்துகிடந்த பெண்களின் காமத்தைக் கடக்கவியலாமல் சுருண்ட குறிகளைச் சிரித்தவாறு பார்த்தபடியிருந்தது இரவு.

ஒரு மாதத்திற்குப் பின் சங்கிலி வீடு திரும்புகையில் எண்ணெய் நிரம்பிய சீசாக்களும், அருசளவு பெட்டிக்கான தானியங்களும் பொதியென அவனது வேட்டியை நிறைத் திருக்கும். மெல்ல மெல்ல அவனது வருகையின்போது காகிதப் பணமும், புதிய வண்ணத்துணிகளும் வேட்டிக்குள் நிரம்பத் துவங்கின. கோடை கடந்து திரும்புகிற பெண்கள் சங்கிலி பற்றிய கதைகளை இவளது குடிசையினுள் எறிந்து சென்றனர். திடமேறி இறுகிய அவனுடலைச் சிற்றூரின் பகல் நேர வீடுகள் தின்றுகொண்டிருப்பதாய் அக்கதைகள் விரித்தன. அதனை

ஊர்ஜிதம் செய்துகொள்வதற்கான துவக்க உரையாடலிலேயே அவளது கவனத்தைத் திசை திருப்பிச் சிதைக்கின்ற வித்தையை சங்கிலி கற்றிருந்தான். மேலும் அச்சமயங்களில் ஒரு வளர்ப்பு நாயென ப்ரியமும், இவ்வுழைப்பின் மொத்த பிரதிபலனும் உனக்கு மட்டும்தானே என எண்ணும் விதமான பச்சாதாப மொழிகளையும் அவன் செம்மையாய் வரைந்தான். முக்கியமாக அவனது கட்டுப்பாடற்ற காமத்தின் முன் அவளால் தனியொரு சிந்தனையை வளர்த்துக்கொள்வதற்கான நேரமும், தனிமையும் கிட்டவியலாமல் தூரத்தில் கிடந்தன. அதுபோன்ற வேளைகளில் அவள் அவனைச் சோதிக்கும் விதமாக உடலுறவுக் கோணங் களை மாற்றியமைத்தாள். ஆனால் புசிக்கப்படாத உணவின் ஆரம்பச் சுவைகளில் கிறங்குகின்ற மயக்கத்தையே அவன் முகம் காட்டியபடியிருந்தது.

பிறகு அவனைப் பெரும் ஆவல் பொங்கத் தனக்குள் பொதிந்துகொண்டாள். குடிசையின் தரைப்பரப்புகளிலும் அவர்களது உடல்கள் உருண்டோடின.

ஒரு கோடையின் நடுப்பகுதியில் சிற்றூரின் வியாபார மையங்கள் சோர்வுற்று, இப்பிரதேசவாசிகளைப் பணி இல்லை யெனத் திருப்பி அனுப்பிவிட்டன. பெரும் பசியும், தாகமும் நிறைந்து வழிகின்ற உடல்கள் குடிசைகளின் வெப்பத் தரைகளில் மயங்கிக் கிடந்தன. தெருவெங்கும் காகங்களின் ரோமமும், நாயின் எலும்புத்துண்டுகளும் அனாதையாய்ச் சிதறிக்கிடக்க, வறட்சியின் உச்ச முனகலுடன் நசுங்கிக் கிடந்தது கிராமம். கடைசியாக வீட்டிலிருந்த பழந்துணிகளையும், உலோகப் பாத்திரங்களையும் சிற்றூரில் விற்ற பணமும் தீர்ந்து போயிருக்க, பசியின் பெருமூச்சு படர பகலின் தனிமையில் இருவரும் குடிசையில் கிடந்தனர். வறண்டு போன உதட்டைச் சப்பிக் கொடுத்தபடி அழகு சங்கிலியைப் பார்த்தாள். கலைந்த தலை மயிரும், ஒட்டிப்போன வயிறும் கடந்த காலங்களில் செழுமை யின் மினுமினுப்போடிய அவனது புன்னகையை நினைவுபடுத்தி, அவன் மீதான பரிதாபத்தை விரியச் செய்தது. கண்களின் ஒளியற்றுப் போய் கறுத்துப்போன உதடுகள் சன்னமாய்த் துடித்துக்கொண்டன. அழகு சுரக்கத் துவங்கிய காதலுடன் அவனை நெருங்கிப் படுத்தாள். பிறகு முத்தமிட்டாள். மழையைத் தின்கின்ற பாலையின் ஆவல் பொங்க அவளைத் தன்னுள் பொதிந்தான் சங்கிலி. பசியை மறக்கச் செய்யும் உபாயமாகக் காமத்தின் பரவசக் கணத்தை இருவரும் மேலும் மேலுமென நீட்டிக்கொண்டனர். உடலெங்கும் வழிந்த வியர்வையை முத்தத் தினூடே பருகித் தணிந்தனர். அப்பகலின் சித்திரத்தை மாற்றும் விதமாக இவ்வுலகிலிருந்து விலகிக்கொண்டிருந்த உணர்வுகளின் இறுதியில் அதித வெப்பம் சிதறப் பிரிந்தடங்கினர்.

அபூர்வமாக அக்கோடையில் பெய்த மழையின் காரணமாக இளகிக் குழைந்து கிடந்த வயலில் விதைப்பதற்கான தானியங் களை வாங்கச் சென்ற சங்கிலி பல இரவுகளாய் வீடு திரும்ப வில்லை. மூன்று பெண் குழந்தைகளுடன் அழகு ஊருக்குள் வருகின்ற செம்மண் பாதையின் இறுதிப் புள்ளியிலேயே தன் பார்வையை விதைத்துக்கிடந்தாள். ஊர் ஆண்கள் சிலர் அழகு வின் நச்சரிப்பு தாளாமல் விசாரிக்கச் சென்றனர். இருள டைந்த முகத்துடன் திரும்பிய அவர்கள் சங்கிலி அங்கு சென்ற தற்கான தடயங்களே இல்லையெனக் கூறினர். அப்படிக் கூறியவர்களின் வீடுகளில் மெல்ல மெல்ல உணவுத் தானியங் களும் துணிகளும் பெருகத் துவங்கின. அவர்களது வயற்பரப்பு களில் விதை நெல் மூட்டைகள் இரவோடு இரவாகக் குவிந்து கிடந்தன. அதன்பிறகு சங்கிலியின் நினைவுகள் பெரும் கனவொன்றின் சாயைகளுடன் அழகுவிடம் பத்திரமாகி விட்டது.

காற்று வீசியது. திறந்துகிடந்த உடம்பில் காற்றின் தடவல் கூச்சத்தைத் தந்தது. அழகு தூரக்கிடந்த உடைகளை அணிந்த படி வெளியே வந்தாள். ஆட்களற்ற தெருவின் நிசப்தத்தில் குடிசைகள் மௌனமாக வெயிலைப் பார்த்துக்கொண் டிருந்தன. தீவிரமாகப் பசியெழத் துவங்கியது. மெதுவாக இடது கோடியிலிருக்கும் குடிசையை நோக்கி நடந்தாள். வழியெங்கு மிருந்த குடிசைகளின் கதவுகள் திறந்து கிடக்க, களவாடிச் செல்வதற்கான முக்கியத்துவமிழந்த சிதிலமான மரச்சாமான் களில் செம்மண் திரையாய்ப் படிந்து அப்பொருட்களை இறந்த காலத்தில் உறையச் செய்திருந்தது. பறவைகளற்ற அவ்வீதியில் ஒரு சொல்லின் மூலம் உடைந்துவிடக்கூடிய திண்மையுடன் மௌனக்குமிழ் அசைந்துகொண்டிருந்தது.

அந்த ஒரு வீடு மட்டும்தான் ஓடுகளால் வேயப்பட்டிருந்தது. வெளியிலிருந்த கற்களால் பரப்பப்பட்ட திண்ணையில் கிழவி அமர்ந்திருந்தாள். குத்துக்காலிட்டபடியிருந்த அவளிலிருந்து சற்றுத் தள்ளி ஒற்றைச்சேலை சாயமிழந்து கந்தலாய்ச் சுருண் டிருக்க, காய்ந்து தொய்ந்த முலைகளில் பிரக்ஞையற்று அவள் வாயில் கசிகின்ற எச்சில் கோடுகள் விரவிக்கிடந்தன. பீழை யோடிய சிறு கண்களின்வழியே மிகவும் குறைந்தபட்சமாய் அவள் உலகை உணர்ந்தபடியிருந்தாள். அழகு வாசலில் நின்றபடி உள்ளே பார்த்தாள். இருளோடிய அறையின் சுவரில் விளக்கின் வெளிச்சத்தில் உருவங்கள் அலைந்தன. சற்றுநேரம் யோசித்தாள். பின்பு, "வெளக்கு அணைஞ்சு கெடக்கு"... என்றபடி வாசலில் ஏறினாள். கிழவியிடம் பதிலில்லை. தேவையற்ற நிதானத்துடன் அறைக்குள் நுழைந்தாள்.

அவன் படுத்துக்கிடந்தான். அவனது தலைமாட்டில் காண்டாவிளக்குத் தீ அசைந்தபடியிருந்தது. சூம்பிக்கிடந்த கால்களும், சதை திரளாத கைகளும் இதற்குச் சற்றும் பொருந்தாத மயிர்களடர்ந்த தலையும் அவனை ஒரு செத்துக்கிடக்கின்ற பல்லியின் சாயலாய்ப் பார்க்கத் தோன்றியபடியிருந்தன. இருளுக்குள் கிடந்த அவனது கண்கள் இவளது வருகை மீதான ஆர்வம் பொங்கப் பளபளத்தன.

அவன் பிறந்ததிலிருந்தே படுக்கையில் கிடந்தான். ஓடி விளையாடுகின்ற வகையிலான அவனது கனவுகள் அனைத்தும் நிறமிழந்து மறைந்துவிட்டன. ஆரம்பத்தில் அதீத ப்ரியத்துடன் அவனை இக்குறைபாட்டிலிருந்து சமன் செய்ய முயன்ற குடும்பத் தினருக்கு விரைவிலேயே அலுத்துவிட்ட ஒரு பொருளாகியிருந் தான். கழுத்துக்குக் கீழே பலவீனமான உடலை எப்பொழுதும் வேற்றுப் பொருள்போலவே இவன் பார்த்தான். இருள் பாவுகின்ற வேளைகளில் இவனது பாதத்தில் முகம் புதைத்தழுகின்ற அம்மாவின் முகம் மட்டுமே வாழ்தலின் மீதான மெல்லிய பிடிமானத்தைத் தந்துகொண்டிருக்கின்றது.

கோடைக்காலங்களில் வேற்றூரில் பிழைக்கச் செல்கின்ற தினங்களில் இவனைப் பார்த்துக்கொள்கின்ற பொறுப்பு இங்கே மிச்சமாய்க் கிடக்கின்ற வயதான பெண்களிடம் ஒப்படைக்கப் பட்டிருக்கும்.

சிறுவயதில் கவனிக்கப்படாத இவனது நிர்வாண உடலில் மயிர்கள் விளையத் துவங்கிய பருவத்தில் போகிறபோக்கில் யாராவது ஒரு துணியைப் போர்த்திச் சென்றனர். குளிர் கால இரவொன்றில் இவனது நெடுங்கனவானது சிலிர்ப்பையும், கூச்சத்தையும் நிறைத்ததாயிருந்தது. உடல் அதிர்ந்த கணத்தில் இவன் திடுக்கிட்டெழ விறைத்துநின்ற குறியில் ஈரம் வழிந்தது. நுட்பமாய் இவனது சிதைந்த பால்யத்தை உணர்ந்தான். இப்பொழுது பதுக்கவேண்டிய சில ரகசியங்கள் இவனிட மிருந்தன. அதனை மறைப்பதற்கான மன உத்தரவுகளை நிறை வேற்றவியலாத குற்றவுணர்வுடன், புலரத்துவங்கிய விடியலின் போது இவன் மிகுந்த துக்கத்துடன் தூங்கிக்கொண்டிருப் பவனைப் போல பாவனை செய்தான். முதன்முதலில் இவனில் நிகழ்ந்த அச்செயலைப் பார்க்கின்ற முகத்தின் அதிர்வைப் பார்க்க விரும்பாமல் கிடந்த கணமொன்றில் இயல்பாகக் கேட்ட யாருடைய பாத ஓசையோ இவனுக்கருகில் சட்டென நின்றது. மேலும் சில மௌன கணத்திற்குப் பிறகு இவனது குறியைத் துணியால் துடைத்துவிட்டு, போர்வையை இழுத்துவிட்டுச் சென்றது. இவனுக்குத் தற்கொலை பற்றிய அதிதீவிர எண்ணங்கள் பெருகியபடியிருந்தன. பின்வந்த இரவுகளில் அடிக்கடி இவனுக்கு அக்கனவு தோன்றத் துவங்கியது.

அழகு அவனருகில் அமர்ந்தாள். இப்பொழுது அவனைப் பார்த்துக் கொள்கிற பொறுப்பு அவளிடமிருந்தது. மேலும் காண்டா விளக்கில் மண்ணெண்ணெயைத் தீர்ந்துவிடாதபடி ஊற்றிச் செல்லவும் வேண்டும். கோடையின் துவக்கத்திலேயே சில மரக்கால் கேழ்வரகு இதற்கான கூலியாய் அவளுக்குத் தரப்பட்டிருந்தது. காலையில் தருகின்ற கேப்பைக் கூழைக் குடித்துவிட்டுப் பகல்களெல்லாம் வறண்டு கிடக்கும் கண்மாயின் எருக்கலஞ்செடியருகே விளையாடித் தீர்த்துவரும் சிறுமியர் களுக்கு இரவுநேரத்தில் ஒன்றிரண்டு கேப்பை ரொட்டிகளுடன் மிகச் சிக்கனமாய் தானியக்குதிரை கோடை முடிவது வரை பாதுகாக்க முயன்ற அழகுவின் சாமர்த்தியங்கள் முடிவற்று நீள்கின்ற இப்பருவத்தின் முன் தோற்றுப் போயின.

இவன் அழகுவைப் பார்த்தான். சமீபமாய் இருவருக்குமான சமவெளி ஒன்று முளைத்திருந்தது. அவளது மணிக்கட்டிலிருந்து விரிந்த நரம்புகளின் தீவிரத்தை ஒரு பகலில் அவன் கண்டிருந் தான். யாரும் ஏற்றுக்கொள்ளாத பொருளொன்றைப் பாதுகாப் பாய் ஏந்திப் பார்க்கின்ற கருணையை அக்கரங்களில் உணர்ந் தான். காமத்தின் பச்சையமிக்க துளிர்கள் இவனுள் அதித வாசனையும், குளிர்ச்சியுமாய்ப் பரவிக் கிளர்ந்தன.

இவனது இடுப்புக்குக் கீழே படர்ந்திருந்த போர்வையினுள் அவளது உள்ளங்கை மறைந்திருந்தது. லயமிக்க அசைவுகளுடன் போர்வையின் கசங்கல்கள் பிரிந்து கூடின. துல்லியமான இடைவெளிகளுடன் இவளது மூச்சு விரியத்துவங்க, தலையின் மயிர்களுக்கிடையே வியர்வை பொங்கியது. ஆரம்ப நாட் களிலிருந்த பதற்றமும், கூச்சமும் சற்றே மறைந்த இன்று இருவரும் மிகச்சரியான புள்ளியில் இணைய வேண்டுமென விரும்பினான். அழகுவின் கண்களைப் பார்க்க முயன்றான். ஆனால் அவளது உணர்வுகளற்ற முகத்தில் கண்களின் வெளிச்சம் எங்கோ ஒளிந்திருந்தது. இவன் ஏமாற்றமாய் உணர்ந்தான். இதற்கு முந்தைய தினமொன்றில் இவன் அழகு மீதான காதல் பொங்க பக்கவாட்டுத் தகரப் பெட்டியின் மேலிருக்கும் ஓலைப் பெட்டியில் இவனுக்கென வைத்துச் சென்றிருந்த சிறு தீனிகளை எடுத்துக் கொள் எனும் விதமாய் அவளைப் பார்த்தான். மிதமான புன்னகையுடன் அழகு காண்டா விளக்கிற்குத் திரியேற்றி வைத்துவிட்டு மண்ணெண்ணெய் நாறுகின்ற விரல்களால் தலைமுடியை ஒதுக்கிவிட்டுச் சென்றாள்.

நுரையீரலெங்கும் அப்பிக்கொண்ட வாசனையைச் சிறுசிறு நினைவுகளாய் வெளியேற்றி மருகிக்கிடந்த நெடுங்கணத்தைப் பதுக்கிக்கொண்டான்.

     வெயில் நண்பன், பிரார்த்தனை, ஒரு பிரதேசம்

சங்கிலியின் வியர்வைபூத்த கரும்முதுகில் பின்தோள்களின் அசைவின் பொழுது அவன் ஒரு படகைத் துடுப்பால் தள்ளிச் செல்பவனைப் போல் புணர்வின் பொழுது ரசித்திருந்தாள் அழகு. அச்சமயங்களில் தன் மீதான அவனது ஆக்ரமிப்பில் பெருமை கலந்த அலட்சியம் தளும்பிக்கொண்டிருக்கப் பெருங் கடலெனத் தன்னை விரித்துக்கொள்வாள். ஆவேசமுற்ற காட்டு விலங்குகளாகிக்கொண்டிருக்கின்ற இருவரும் வெளியின் காற்றைத் தங்களுக்குள் அனுமதித்துக்கொள்ளாத தீவிரமிக்க இரவுகளை எவ்வகையிலும் புதுப்பிக்கவியலாது என இவளுக்கு நன்றாகத் தெரியும். வறண்ட தனிமையின் எரிச்சலால் இவனுடனான ஒரு அந்தரங்கத்தின் வழி நாட்களின் சுவாரஸ் யத்தைப் பரவச் செய்யும் ரகசிய விளையாட்டைப் போல இச்செய்கையைக் கையகப்படுத்தினாள்.

அறையெங்கும் சிதறியிருந்த வெம்மையால் இவனது பெருமூச்சின் அதிர்வானது காமத்தின் மொத்த அளவையும் வெளிக்காட்டிக்கொண்டிருக்க, துரிதமாகவே அடங்கித் தணிந் தான். அழகுவின் புறங்கையின் நரம்புகள் விருட்சமெனக் கிளை தறித்து அடங்காத வெறியுடன் போர்வைக்குள் இன்னு மிருந்தன. இவன் கையாலாகாத மௌனத்துடன் அந்நரம்பு களைப் பார்த்தான். இருவருக்குமான பொதுச்சித்திரத்தில் அந்நரம்புகள் வரைகின்ற கோடுகளின் முடிவானது, சட்டகத் தையும் மீறிச்செல்லத் துடித்துக்கொண்டிருக்க ஏமாற்றத்தின் கசப்பு படர அவளைப் பார்த்தான். சங்கிலியுடனான முற்காலப் புணர்வுகளின் ஞாபக வெறியுடன் அவளது தீவிரம் பொங்கி யபடியிருந்தது. இவன் வேட்டையாடப்பட்டுக்கொண் டிருக்கிற ஒரு சிறுபறவையாய்த் தன்னையுணர்ந்தான். முதன்முதலாக அவளை வெறுப்பதற்கான பாதையின் நுழைவு தட்டுப்பட்டது.

மிக நீண்ட கணம் கழிந்திருக்க அழகு வதங்கிக்கிடந்த இவனது கன்னத்தைக் கிள்ளிவிட்டு, மெல்லிய தயக்கத்துடன் தலைமாட்டிலிருந்த ஓலைப்பெட்டியைப் பார்த்தாள். செவ் வெறும்புகளின் வரிசையற்ற தீனிப்பெட்டியை ஆர்வமாய்த் தொட்டெடுக்க, விரல்களின் நுனித்தீண்டலில் சட்டென வெற்றுக் கூடாய்க் கவிழ்ந்தது. உடல் உறுப்புகளைத் தின்றுகொண்டிருந்த பெரும்பசியானது பொறுக்கவியலாத வலியைப் போல விரியத் துவங்க, நப்பாசையுடன் அவசர அவசரமாய்க் கையிலெடுத்துத் துழாவினாள். தோல்வியின் எரிச்சலில் அதனை விட்டெறிந்தவள் ஒரு பைத்தியக்காரியைப் போல அறையிலிருந்த மண்சட்டி களைப் பேராவலுடன் ஒவ்வொன்றாய்க் கவிழ்த்துப் பார்த்தாள். பிரக்ஞை மறைந்த பொழுதில் அவனைப் பார்த்து அழகு

கூறிய சொற்கள் இச்சந்திப்புகளின் உண்மையான ஆதாரத்தை நிர்வாணத் தோற்றத்துடன் அறையெங்கும் எறிந்து சென்றன.

இருளத் துவங்கிய பின்மாலையின்போது அணைந்துவிட்ட விளக்கினுள் மறைந்திருந்த அடர்கருமை அவ்விடமெங்கும் ஆழமாய் நிறைந்திருக்க, நோயுற்ற விலங்கின் முனகலைப் போல அவனது அழுகை பெருகியபடியிருந்தது. திண்ணைக் கிழவியின் கண்கள் நட்சத்திரங்கள் ஒளிர்கின்ற இரவு வெளியை எதையோ தெரிந்துகொள்வதான நுணுக்கத்துடன் வெறித்துக் கொண்டிருக்க, மெல்ல மெல்ல அவனது அழுகையின் ஒலி அப்பிரதேசத்தின் எல்லாக் குடிசைகளையும் கடந்து கொண் டிருந்தது.

ജ ജ

நகர்வு

பின்னங்கழுத்திலிருந்து வழிந்த வியர்வைக்கோடு முதுகுப் பிளவில் அசூயையான உணர்வுடன் வழிந் திறங்கியது. போதாததற்கு நெருஞ்சிகள் தைத்த பாதங் களில் மதியத்தெருவின் குறுமணல்கள் சுளீரென உள்ளிறங்க தனத்திற்குக் கோவமான கோவம் கிளம்பியது. இரண்டடிக்கு ஒரு தடவை நிதானித்து ஆசுவாசப்படுத்திய பிறகுதான் குமுதா அக்காவைப் பின்தொடர முடிந்தது. குமுதாவின் பேச்சைக் கேட்டு இந்தச் சீட்டிப் பாவாடையை கட்டிக்கொண்டிருக்கக் கூடாது. வெயில் நேரத்தில் இந்தப் புது உடைகள்தான் பெருஞ்சுமையாகிவிடு கின்றன. ஆறேழு வீடுகள் தள்ளிச்சென்றுவிட்ட குமுதா இவளின் தயங்கலைப் பார்த்துப் பற்களைக் கிட்டித்த படி வந்தாள்.

"வெரசா வாடி ... பால்க்காரன் வர்ற சமயம். பாத்துகிட்டு வீட்ல போயி ஒப்பிச்சிடுவான்."

குமுதா அக்கா அந்த மதியத்தில் பவுடர் போட்டி ருந்தாள். வியர்வைப் பொட்டுக்களில் அந்த ஜோடனை ஒப்பவேயில்லை. தனத்திற்கு அவளிடம் சொல்லலாமா எனத் தோன்றிற்று. ஏதாவது திட்டுவாளென நினைத்தாள். அதேசமயம் அவளது கழுத்தின் ஈரத்தில் நெளிந்து கிடந்த சின்னஞ்சிறிய மரச்சிலுவை மிகுந்த அழகாயிருந்தது. பழனி முருகனை மாத்திரமே கடவுளென எட்டாவது தாண்டும் வரை கசிந்து தொழுதபடி இருந்தவள், பத்தாம் வகுப்பில் இயேசு கிறிஸ்துவின் தீவிர விசுவாசியான மாற்றம் தனத்துக்குப் பிடிபடவேயில்லை. இப்பொழு தெல்லாம் அடிக்கடி, "தேனினும் இனிய யேசுவின் நாமம் ..." பாடலை அவளையறியாமல் அவள் உதடுகள் வழியயவிட்டபடியிருக்கின்றன. அவள் அதீத புத்திசாலி

யாகவும் சமீபமாக உருமாறிக்கொண்டிருக்கிறாள். சிவந்த விளிம்புடைய பைபிள் ஒன்று அவளது நிலைக்கண்ணாடிக்கு முன்பாகக் கிடந்துகொண்டேயிருக்கிறது.

"கர்த்தரை எப்பொழுதும் எனக்கு முன்பாக வைத்திருக் கிறேன். அவர் என் வலது பாரிசத்தில் இருக்கிறபடியால் நான் அசைக்கப்படுவதில்லை. சங்கீதம் 16. புரியுதா ..."

சிரித்துக்கொண்டே புருவத்தைச் சுருக்கியபடி அவள் கேட்கையில், தனம் முட்டாள்த்தனமாகச் சிரித்தாள். கல்லு ருண்டை மிட்டாய்க்காகச் சண்டை போட்ட குமுதாவெல்லாம் இப்பொழுது கிடையாது.

"டே ... வசந்தி ஐலை இப்படியா ட்ரெஸ்ல ஒழுக விடுவ ... கூமுட்டை" எனத் திட்டிக்கொண்டே யார் வீட்டு முற்றத் திலோ கிடக்கும் தொட்டித் தண்ணீரை அள்ளி வசந்திக் குட்டி யின் உதட்டையும், உடையையும், துடைத்துவிடுகிற குமுதா எங்கிருந்து வந்தாளெனத் தெரியவில்லை. அவளது நாசூக் கிற்குத் தன்னுடன் அவள் பழகுவதே தனத்திற்குப் பெரிய விசயமாய்த் தெரிந்தது.

கருவாடு பொசுங்குகின்ற வாசனை தெருவெங்கும் மிதந்தது. இந்தப் பக்கமே செல்லக்கூடாதென சித்தி ஊருக்கு வந்த அன்றே தனத்திடம் மெல்லிய குரலில் எச்சரித்திருந்தாள். கண்டிப்புடன் துவங்கிய குரல் நடுவே பயந்து கடைசியாக அழுகையின் சாயலில் முடிந்தது.

"ஏண்டி மீனாட்சி மக மாதிரி தெரியுது ..."

சாக்குப் படுதா தொங்கிய வாசலுக்குள்ளிருந்து ஒரு முதியவளின் குரல் வழிமறிக்க, அக்கா ஏதும் பேசாமல் தனத்தை விறுவிறுவென இழுத்துச் சென்றாள்.

அது என்னவோ ஒரு கம்பெனி. பிளாஸ்டிக் பொசுங்கும் நாற்றத்துடன் ரேடியோவின் பாடலொன்றும் சிதைந்தலைய, முளைக்காத மீசைத்தடத்தை நேர்த்தியாக ஒதுக்கிவைத்திருக்கும் பனியன் போட்ட பையன்கள் அங்குமிங்கும் நடந்துகொண் டிருந்தனர். தனத்தின் உள்ளங்கையை அக்காவின் விரல்கள் புதிய நெருக்கத்துடன் இறுக்கின. அக்காவின் கவனமெல்லாம் கம்பெனியின் மூங்கில் தட்டைகளுக்கிடையே சலனமுறும் நிழலுருவங்களில் பதிந்திருந்தன. மிகச்சரியாகக் கம்பெனியின் வாசலைத் தாண்டும் பொழுது ரேடியோவின் குரல் உயர்ந்தெழ, பாடலைப் பிரதி செய்கின்ற விசிலோசையும் பிறந்தது. குளுமை யின் திடீர் ஸ்பரிசத்தில் கூசுவதான பாவனை அக்காவின் முகத்தில் படர்ந்தது.

   வெயில் நண்பன், பிரார்த்தனை, ஒரு பிரதேசம்

தம்ளரிலிருந்த மண்பானைத் தண்ணீரில் அடர் ஆரஞ்சு நிறத்திலான கெட்டித் திரவத்தைக் கொஞ்சமாய்ச் சரித்தாள் சித்தி. மெல்லிய கம்பியைப் போல நீரில் பாய்ந்த திரவம் சட்டென நெகிழ்ந்து வெகுதூரத்தில் தெரியும் புடவையின் சிறிய சித்திரத்தைப்போல நெளிந்து பின் மெல்ல மெல்லத் தம்ளர் நீரை ஆரஞ்ச் பானமாக்கி மறைந்தது. சமையலறை முழுவதும் தித்திப்பான புளிப்பின் நெடி பரவ, கலக்கிய ஸ்பூனை நாவில் தடவி, கண்ணைச் சுருக்கிச் சப்பிட்டுக் கொண்டாள். மதிய வேளையில் ஈரக்குழைவுக் குங்குமமும், மென் கருவளைய கண்களுமாய் சித்தி களையாகத் தோன்றினாள். மருந்துக் கடைக்காரரின் வீட்டுவேலியில் பிச்சிப் பூ மொட்டுகளைப் பறித்து வந்த தனத்திடமிருந்து பூந்தட்டை வாங்கியவள், "கொஞ்சம் தண்ணிய விட்டுட்டு அதுமேல பூவைப் பறிச்சு போடணும் தனம். இப்பிடியா போட்டு நெரிக்கிறது. சரி, வாசல்ல தபால்காரர்ட்ட சித்தப்பா பேசிக் கிட்டிருக்காரு இதைப் போயிக் கொடு" என்றாள்.

ஆரஞ்ச் திரவ அட்டைப்பெட்டியின் வினோத ஆங்கில வாக்கியத்தை மறுபடியும் வாசிக்க முயன்றாள் தனம். அவ் வாக்கியங்கள் புழங்காத ஒன்றாயிருக்க, கண்ணாடியை போல ஒளிரும் ஆரஞ்ச் சுளைகளின் சித்திரத்தை ரசித்தபடி வெளியே வந்தாள். "பின்ன அது வானம் பாத்த நெலமுன்னாலும் கிலோ அஞ்சு ரூவான்னு பத்து கிலோ ராகிய உதித்து விட்டோம்னா ஒரு ராத்திரி மழையில தகதகனு கதிரை நிமித்தி ரெண்டு மாசத்துல பத்துமூடையா திருப்பித் தர்ர நெலமுல்ல. ஒரு வார்த்தை யோசின்னு மீனாட்சிகிட்ட சொன்னேன். அதுதான் அவங்க வரட்டும் மாமா யோசனை கேட்டுக்குவோம்னு சொல்லிருச்சு ..."

பற்ற வைக்காத பீடி துடுப்பசைக்கும் உதட்டுடன் தபால் காரர் பேசிக்கொண்டிருக்க, சொல்லிக்கொள்கிற அளவு நிழல் விழாத முருங்கை மரத்தின் கீழ் பனியன் உடம்புடன், சிவந்த வயிறுடைய கேஸ் லைட்டைத் துடைத்துக்கொண்டிருந்தார் சித்தப்பா. சென்ற முறை அவர் ஊரிலிருந்து கொண்டு வந்ததில் இந்த லைட்டைத்தான் சொந்தங்கள் இரண்டு மாதம் ஆச்சர்யப் பட்டபடியிருந்தார்கள். இருளின் உடலைக் கிழித்தெறியும்படி அவ்விளக்கு பிரகாசிக்கையில் உதிர்ந்த இருளின் சதைத் துணுக்குகள் அதன் கண்ணாடிகளின் மேல் புகையெனப் படிந்திருந்தன. சித்தப்பா நுட்பக் கண்களுடன் விளக்கைத் துடைத்தபடியிருந்தார். டம்ளருடன் தனம் வந்தாள்.

"யாரு நடராஜன் மகளா ... வெயில்ல அவியற நெல முன்னாலும் திருமங்கலம் வகையறா பொண்ணுகளுக்கு ஒரு

அம்சம் இருக்கு பார்த்துக்கங்க. அது ஒரு மினுங்குற சாம்பல் நெறத்த கொடுத்து கோயில் சிலை கணக்கா களையாக்கிருது இல்லீங்களா ..."

தபால்காரர் பீடி பற்ற வைத்துத் தந்த தீக்குச்சியின் மிச்சத்தில் விளக்கைப் பொருத்தினார் சித்தப்பா. குட்டிப் பாம்பின் சீறலைப் போல சப்தமெழ, தொடர்ந்து ஒருவகையான வெண்மையுடன் விளக்கு எரியத் துவங்கியது.

"சித்தப்பாகிட்ட சலூனுக்குப் போய் வரணும்னு சொல்லு தனம். அப்பிடியே அந்த தம்ளரை எடுத்துட்டு வா ..." என்றவாறே திண்ணைக்கு வந்த சித்தி, தலைமுடியைக் கொண்டையிட்டுக் கொண்டு முகக்கண்ணாடியில் அழகு பார்த்த குமுதாவைக் கூர்மையாகக் கவனித்தாள்.

"இவளைக் கூட்டிக்கிட்டு மீன்காரத் தெருப்பக்கம் போனியா ..."

குமுதாவின் கண்கள் கண்ணாடிப் பிம்பத்தின் மீதே நிலைத் திருக்க அதுக்கென்ன என்ற பாவனையிலிருந்தது முகம். குமுதா வின் அந்த முகம் சித்தியை எங்கேயோ காயப்படுத்தியிருந்தது. சித்தப்பாவிற்குக் கேட்காதபடி, "இது என்னடி நாடகக்காரி மாதிரி கொண்டை. அவுத்து விடு. ஏதேது தாவணி கட்டுன உடனேயே பெரிய மனுஷியாகிட்டீகளோ ... இந்தப் பகல் வேஷம்லாம் போட்டு கிட்டு திரிஞ்ச அவரு ஊருக்குப் போறத் துக்கு முன்னாடி கல்லுப்பட்டி ஆஸ்டல்ல போடச் சொல்லி ருவேன் ஆமா ..."

சித்தியின் முகத்தையே பார்த்தாள் குமுதா. அவளுக்கும் பேசுவதற்குச் சில சொற்களிருப்பதைப் போலவும், பிழைத்துப் போ என மன்னித்து விடுகிறதைப் போல உதட்டோர மலிவுப் புன்னகையுமாய் அவளைப் பார்த்தவுடன் சித்தியின் வேக மெல்லாம் வடிந்து போனது. தனம் புரிந்துகொண்டதெல்லாம் குமுதா அக்கா சித்தியை எதிர்த்தாற்போல ஏதேனும் பேசினால் கூட இந்தக் கசப்பு முடிந்துவிடுமெனவும், குமுதாவின் மௌனம் தான் சித்தியை நிலைகுலையச் செய்கிறதாகவும் தோன்றியது.

வெயில் சரியத் துவங்குகையில் சாம்பல் பூசினாற்போலக் கல்மண்டபம் மாறியிருந்தது. புல் தரையிலிருந்து உயரும் படிக் கட்டுகளின் விளிம்பில் வரவேற்கின்ற தீப பாலிகைகளின் குவிந்த உள்ளங்கையில் நிறமிழந்த குறுமலர்கள் கிடந்தன. குமுதா எண்ணெய்த் துணியால் அந்நங்கைகளைத் துடைக்கத் துடைக்கப் பொலிவுற்று மினுங்கிய அவர்களின் உதட்டோரம் நிஜமாகவே ஒரு வெட்கம் ஒளிந்திருந்தது. காய்ந்த உள்ளங்கையில் எண்ணெயூற்றித் தீபமேற்றினாள் குமுதா. ஒளிர ஆரம்பித்த

வெளிச்சச் சிதறல்கள் பரவிய கற்பெண்கள் குமுதாவை வெகு ஸ்நேக மாய்ப் பார்த்தபடியிருந்தனர். இரண்டு பெண்களும் சில குழந்தைகளும் ஒரு ஆணுமாய் நகர்கின்ற மாலைநேரக் கல்மண்டபம் ஒரு சித்திரமாகியது.

"ஏன் இன்னும் ரெண்டு நாள் கழிச்சிட்டு போவலாம்ல. வீடு என்ன ஓடிறவா போகுது..."

பாறைத்திட்டில் தேங்காயை உடைத்தபடி சித்தி கேட்டாள். வசந்திக்குட்டி வாழைப்பழத்தைப் பிசைந்து தரைக்கும் வாய்க்கு மாய் ஊட்டிக்கொண்டிருந்தாள். பாறையிடுக்குகளில் தெளித்த தண்ணீரின் மிச்சத்தை வைத்து ஏதோ வரைந்தபடியிருந்த அம்மா, "இல்ல மீனாட்சி வந்து கொஞ்ச நாளா ஆகுது. பின்ன இவருக்கும் திருமங்கலத்துல கொஞ்சம் சோலி கெடக்கு. ஆனாலும் பாரு எப்படா இந்த சமையக்கட்ட விட்டு ஓடிப் போவம்னு இருந்தாலும், மூணாவது நாளுல விற கெரியாத அடுப்பும் பரண்ல கெடக்குற பாத்திரமும்தான் நெனப்பை விழுந்து மறிக்குது இல்லை..."

சிரித்தபடி கேட்டாள். அம்மாவிற்கு எதையுமே இப்படி சத்தமில்லாத சிரிப்போடுதான் கேட்க முடிகிறது. கல்யாணமான புதிதில் அம்மாவின் நகைகளை வியாபாரத்தில் போட்டு நட்டமான வெறுங்கையோடு அப்பா திரும்பிய இரவில், "ப்ச் விடுங்க... இப்ப என்ன நாம சோத்துக்கு இல்லாமயா போயிட்டம். இதைப் போயி... அந்த ரெட்டை வாத்து நெக்லஸப் போட்டு ஒரு போட்டாவாவது பிடிச்சிருக்கலாம் இல்லை..." என்கையில்தான் அப்பா பெருங்குரலாய் அழுத் துவங்கினார் என ஆச்சி சொல்லுவாள்.

"குமுதாவும் வசந்திக் குட்டியும் வாராளுகளாம்... வந்து நாலைஞ்சு கெழுமை இருந்துட்டு வரட்டும்..." அம்மா சொல்லும் போது சித்திக்கு என்ன சொல்வதென்றே தெரியவில்லை. ஒரு முறை குமுதாவைப் பார்த்தாள். தீபபாலிகையின் விளக்குத் திரியைத் தூண்டியபடியிருந்தாள் குமுதா. கல்மண்டப மூலை களுக்குள்ளிருந்து வவ்வால்கள் கிளம்பத்துவங்கிய முன் மாலையில் எல்லோரும் கிளம்பினர். அப்பா குடித்திருந்தார். சித்தப்பாவுடன் ஏதோ அணத்தியபடி வந்துகொண்டிருந்தார். அம்மா இதையெல்லாம் இப்பொழுது பொருட்படுத்துவதே இல்லை. தனத்திற்குத்தான் அசிங்கமாகயிருந்தது. குமுதா ரகசிய மாய் தனத்திடம் கூறினாள்.

"விபூதிய நேராப் பூசறதவிட கோணலாப் பூசினாதான் எடுப்பா இருக்கு கவனிச்சியா... உங்கப்பா முகத்தைப் பாரேன் நல்லாருக்கு..."

சேமனூர் விலக்கில் ஒரு பஸ்சும் நிற்கவில்லை. நிறைய இருட்டிவிட்டது. மீன் கொண்டு செல்லும் லாரிகளின் கடத் தலைத் தொடர்ந்து குப்பென உப்பு வீச்சம் நகர்ந்து மறைய, குமுதாவின் தோளில் வசந்தி தூங்கிக்கொண்டிருந்தாள். கருவேலம் புதர் மறைவில் அப்பா ஒதுங்கப் போயிருந்தார். வசந்திக் குட்டியின் சுருண்ட உள்ளங்கையின் விரல்களை ஒவ்வொன்றாகத் தனம் நிமர்த்துவதும், ஒரு மலரைப் போல அந்த உள்ளங்கைகள் இயல்பாய் மூடுவதுமாயிருக்க, அம்மா சற்றே கவலையான குரலில்,

"எந்திரிச்சதும் அம்மாவைக் கேட்டு ஒப்பாரி வைக்கப் போகுது. அவ சொன்னது மாதிரி இருந்து காலைல கௌம்பி யிருக்கலாம். பஸ்சு வருமா குமுதா... மழை வேற வர்ற மாதிரியிருக்கு" என்றாள்.

"ஓடையூர்லயிருந்து ஒரு கடைசி பஸ் வரும் பெரியம்மா... செத்த நேரம்தான் போயிறலாம்... இது உச்சி தூத்ததான். இந்த பங்குனில எந்த ஊருல மழை வரப்போகுது..."

தலையில் முண்டாசு விட்டிருந்த துண்டைக் கழற்றி வசந்திக் குட்டியின் மேல் போர்த்தினார் அப்பா.

"மணி பதினொன்னைத் தாண்டிருக்கும் பூங்கோதை..."

தூர இருள் சாலையில் பஸ்சை எதிர்பார்த்தபடியிருந் தாள் குமுதா.

கீழ்க் காட்டில் மழை வலுத்திருப்பதை மண் வாசனை கூறிச்சென்றது. மழை முடிந்த தெருவெங்கும் சகதியூறிக் கிடந்தது. சிலிர்த்துக்கொள்ளும் நாயை, அந்த இரவில் பீடி குடித்த படியிருந்த திண்ணைக்குரலொன்று, "சீ போ அந்தால... அதாருப் போறது... செத்த இந்தப் பக்கமா கடங்க அங்கன செம்மண் தரை வாறும்..."

எல்லோரும் நனைந்திருந்தார்கள். குமுதா அக்காவின் கணிப்பு முதன்முதலாகப் பொய்யாகியிருக்க, இயல்பான கர்வம் தொலைந்த முகத்துடன் வசந்திக்குட்டியின் முதுகில் தட்டிக் கொடுத்தபடி வந்தாள். அப்பா இன்னமும் தெளியாத குரலில், "கருகப்பிள்ளை கணக்கா என்னை வீசிட்டீகளேடா மயிர்களா... கூடி நின்னு கை தட்டி சிரிக்கப் பாக்குறீங்களா இந்த நடராஜன் வீதில கெடக்குறதை... பலி போட்டீங்களேடா என்னை..." என்றபடி வந்தார்.

மஞ்சள் விள்க்கெரிந்தபடி திண்ணை இருக்க, கதவு பூட்டி யிருந்தது. அம்மாவிற்கும், குமுதாவிற்குமிடையே சட்டென இனம் புரியாத மௌனம் நிரம்ப தனம்தான் கதவைத்

தட்டினாள். ஏதோ துணியை மடித்துக்கொண்டிருந்த கைகளுடன் சித்தி கதவைத் திறந்தாள். ஒருமுறை நனைந்து நின்ற எல்லோ ரையும் பார்த்தவள், ஏதும் பேசாமல் கதவைத் திறந்துவிட்டு உள்ளே சென்றாள். பெருஞ்சுமையைச் சுமப்பதைப் போன்ற தயக்க நடையுடன் ஈரப்பாதங்கள் வீட்டில் நுழைந்தன.

போர்வைகளைக் குறுக்கும் நெடுக்குமாய் விரித்தபடி சித்தப்பா, "செரி அண்ணாச்சி படுங்க... வேட்டிய மாத் திட்டீகளா. மழைக்கு முன்னாடி திரும்பிருக்கலாம்ல... நல்ல கூத்து..." என்றார். கொல்லையில் தண்ணீர் புழங்கும் ஒசை யெழுந்தபடியிருந்தது. அம்மாதான் ஈரச்சேலையை மாற்றச் சென்றாள். உறங்கிக்கொண்டிருந்த வசந்திக்குட்டியின் தலையைத் துவட்டியபடி சித்தி குமுதாவைப் பார்த்தாள்.

"ஏண்டி நீ மனசுல என்ன நெனைச்சுட்டு கெடக்க... வயசுக்கு மீறின அறிவோடு திரியிறயோ..."

வெகுவெகுவென உயர்ந்த குரலுடன் சித்தி திட்ட ஆரம்பித்த கணத்தில் எதையோ உணர்ந்தவளாக, "ஒஹோ... ஆளாளுக்கு பெரிய மனுஷிகளாயி வெளியேறுகிறீகளா..." என அழுத்துவங்கினாள். குமுதா அக்கா சுற்றியிருந்த பூச்சரத்தைத் தூரப்போட்டுவிட்டு ஈரமான கொண்டையை அவிழ்க்க ஆரம் பித்தாள்.

ஊ ஐ

மழைப்பொழுதில்

காற்று பலமாக வீச, முகத்தை மூடியிருந்த சேலை நழுவி இறங்கியது. சரிசெய்தவாறே அந்த இடத்தை உணர முயன்றாள். முடியவில்லை. திருச்சிக்கு அடுத்துள்ள ஏதோ ஊரென்றான் இவன். முழுக்க இருள் கவிழ்ந்திருந்த அந்த ரயில் நிலையத்தில் இவர்களைத் தவிர ஓரிரண்டு உறங்கிப்போன பிச்சைக்காரர்களும் அச்சமூட்டும் அமைதி யுமே நிறைந்திருந்தன. தண்டவாளங்கள் செல்லும் இரு திசையிலும் பார்வையை ஓடவிட்டாள் இவள். தள்ளித் தள்ளி எரிந்த சோகையான விளக்குகளின் வெளிச்சத்தில் தண்டவாளம் நீர்ப் பாம்பின் மினுமினுப்புடன் இருளுக் குள் புதைந்திருந்தது. இரும்புக் கிராதிகளின் ஓரத்தில் ஒரு சிமிண்ட் பெஞ்ச் இருந்தது. நேரம் நள்ளிரவையும் தாண்டியிருக்க காற்று தன் சுதந்திரத்தை உணரத் துவங்கி யிருந்தது.

"ட்ரெயின் வர நேரமாகும். ஏதும் சாப்பிடறியா ..." என்றான். இவளுக்குப் பசிக்கவில்லை. இவளது மறுப் பினால் அவனும் பட்டினியாயிருப்பான் என எண்ணித் தலையசைத்தாள். அந்த சிமிண்ட் பெஞ்சில் அமர்ந்து பையை அருகில் வைத்துக்கொண்டாள். அவன் சற்றுத் தயங்கியபடி,

"இங்கேயே இருக்கிறியா ... ஊருக்குள்ள போயி ஏதாவது வாங்கியாரேன் ..."

இரும்புக் கிராதிகளின் வெளிப்புறத்தில் சற்றுத் தள்ளி முகாமிட்டிருந்த வடக்கத்தியக் குடும்பமொன்று காண்டா விளக்கின் துணையோடு சுண்ணாம்புச் சிற்பங் களைச் செய்துகொண்டிருந்தது. இவனுக்கு அந்த இடத் திற்கான பாதுகாப்பு அவர்களின் மூலம் இருக்கிறது என ஆசுவாசம் பிறக்க அவளிடம் கூறிவிட்டு அகன்றான்.

மறுபடியும் காற்று பலமாக வீச இவள் கால்களை மேலே ஏற்றி முழங்கால்களைக் கட்டிக்கொண்டாள். தண்டவாளங் களுக்கு எதிரில் சிதிலமான ஒரு கட்டடம் புதரும், கொடியு மாய் வீழ்ந்திருந்தது. இவளுக்குச் சற்றுத் தள்ளி ஒரு செந்நிற நாய் தன் ஒற்றைக் குட்டியுடன் படுத்திருந்தது. ஆழ்ந்த உறக்கத் தில் சீரான உயரத்தில் ஏறி இறங்கிய அதன் வயிற்றில் அக்குட்டி உலகை மறந்திருந்தது. இவளுக்கு நந்தினியின் நினைவு வந்தது. நந்தினியும் இப்படித்தான் படுப்பாள். எப்பொழுதாவது தவிர இவளுக்கு அந்த அன்பின் வெளிப்பாடு ரசிக்க முடியாமல் போய்விடும். கணேசன்தான் பெரும்பாலான இரவுகளில் நந்தினியின் படுக்கை. அவனுக்கு நந்தினியின் மீது அப்படி ஒரு ப்ரியம். வெயிலின் புழுக்கத்தில் வியர்த்து ஒழுகும் இரவு களிலும் அவன் நந்தினியை நிராகரித்ததே இல்லை. எதேச்சையாய் இவள் விழிக்கின்ற இரவுகளில் அரைக்கண் சொருகியிருக்க அவனது வலது கை விசிறி நெஞ்சில் பரவியிருக்கிற நந்தினியின் மேல் காற்றை விசிறிக்கொண்டிருக்கும்.

இப்பொழுது அந்த நாய்க்குட்டி சடக்கென முழித்து தலையை ஒரு உதறு உதறியது. பக்கத்திலிருந்த குத்துச்செடியில் சிக்கிப் படபடத்துக்கொண்டிருந்த பாலிதீன் கவரை வினோத மாய்ப் பார்த்துவிட்டு, சுவாரஸ்யமாய் அதை நோக்கி ஓடியது. வாயில் கவ்வி இழுத்தது. கால்களால் பிறாண்டியது. சற்று நேரத்தில் அலுப்பூட்டிய அவ்விளையாட்டை எளிதாய் நிராகரித்து விட்டுத் தாயிடம் ஓடிவந்தது. நகர்ந்து நகர்ந்து அதன் மடியில் வாயை வைத்துச் சப்பத் துவங்கியது. ஒருமுறை தலை தூக்கி விழித்த தாய் மறுபடியும் தூங்கத் துவங்கியது.

நந்தினிக்கும் சரியாய் பன்னிரெண்டு மணிக்குப் பால் குடுக்க வேண்டும். தூக்கத்தைக் கிழித்தபடி வருகின்ற அவளது அழுகுரல் நேரமேற நேரமேற விஸ்தீரணமாய் விரியத் துவங்கும். தூக்கக் கலக்கத்துடன் இவள் பாலைச் சுட வைக்கும்போது கணேசனும் தன் பங்கிற்கு நந்தினியைச் சமாதானப்படுத்தப் பார்ப்பான். சமயங்களில் பால் குடித்த பின்னரும் நந்தினி தூங்க மாட்டாள். அப்பொழுதுதான் விடிந்ததைப் போல உற்சாகம் பொங்க கணேசனுடன் விளையாடத் துவங்குவாள். அவ்விளையாட்டு நீண்டு நீண்டு அதிகாலையின் துவக்கம் வரை அவர்களிருவரையும் இழுத்துப் போட்டுவிடும். இப்பொழுது நந்தினி யார் வீட்டில் இருப்பாள் என இவள் யோசித்தாள். அநேகமாய் எதிர் வீட்டு உஷாதான் குழந்தையை வைத்திருப்பாள். அவளது வீட்டில் பால் வாங்குகிற வழக்கமே கிடையாது எனத் திடீரென இவளுக்கு உறைத்தது. நந்தினியின் இன்றைய பசிக் கத்தலை எப்படி நிறுத்தப்போகிறாள் எனத் தெரியவில்லை.

காற்றில் மிதந்துவந்த வினோத காரம் அந்த வடக்கத்தியக் குடும்பத்தினர் உணவு உண்பதைக் காட்டியது. அசைகின்ற காண்டா விளக்கின் ஒளியில் பாதி இருளும் பாதி வெளிச்சமுமாய் இரண்டு பேர் தெரிந்தனர். அந்தப் பெண் சாப்பிட்டு முடித்த தட்டைக் கழுவி, உட்கார்ந்திருந்தபடியே தண்ணீரை விசிறி யடித்தாள்.

கணேசனைத் தான் எதற்காக வெறுக்கத் துவங்கினோம் என இவளுக்குப் புரியவில்லை. கணேசனின் விருப்பங்கள் மிகச் சிறியவை. குறுகிய வட்டத்திற்குள் அடங்கிவிடுபவை. மேலும் எச்சூழலிலும் அவன் தன் விருப்பத்தை அவளிடம் நிர்ப்பந்தித்துப் பெற்றதில்லை. கணேசன் விலகத் துவங்கிய அந்தப் புள்ளியிலிருந்து இவர்களிருவருக்குமான ஒரு செடி முளைக்கத் துவங்கியது. ஷிப்ட் முடிந்துவருகிற அகாலத்தில் இவள் வைக்கின்ற மதிய நேர ஆறிப்போன சாதத்தைக்கூட முகக்குறி எதுவுமின்றி உண்டு எழுபவன். இவளது எல்லாச் செயலிலும் தங்களது குடும்பத்திற்கான நன்மைகள் ஒளிந்திருக்கு மெனத் திடமாக நம்பினான். சற்றுக் கூடுதலாகவே நம்பினான்.

இவனும், இவளும் தனித்திருந்த வேளையொன்றில் பதறி விலகி, இவன் கட்டிலுக்கு அடியில் ஒளிய, இவள் திறந்த கதவின் வெளியே நின்றிருந்தான் கணேசன். இவளது விசித்திர உடலசைவுகளையும், விழிகளின் அதிர்வையும் அவன் வேறு விதமாகப் பார்த்தான்.

"என்னாச்சு ஜோதி ... உடம்பு சரியில்லையா ..."

இவளுக்குப் பிடி கிடைத்தது. அந்த நிமிடத்து நெருக் கடியைத் திறமையாய் சமாளிக்க அது போதுமானதாயிருந்தது. மேலும் உடலை நலிவடைந்தவளாக்கிக் கட்டிலில் சுருண்டாள்.

"வயித்துவலி ..."

"செரி ... கதவ சாத்திக்கோ, மாத்திரை வாங்கியாரேன் ..."

பதற்றமாய் வெளியேறிச் சென்றவன், இவனும் கட்டிலுக் கடியிலிருந்து நகர்ந்து பெருமூச்சுடன் வெளியேறிய பிறகு, வியர்த்து ஊறிய சட்டையுடன் வந்து நின்றான்.

"இங்கன கடையேதுமில்லை. பெரிய தெரு வரை போய் வாங்கி வந்தேன். போட்டுக்க ... விடிஞ்சதும் டாக்டர் கிட்ட போகலாம் ..." என்றபடி உறங்கிக் கிடந்த நந்தினியைக் குனிந்து முத்தமிட்ட கணேசனை இவள் உயிரற்றுப் பார்த்தாள்.

இப்பொழுது காற்றின் வழி வந்த ஒன்றிரண்டு நீர்த்துளிகள் உடலில் பட்டு, மழையை அறிவித்தன. இவள் வானத்தைப் பார்த்தாள். நட்சத்திரங்கள் ஏதுமில்லை. பின் மழை விரியத்

     வெயில் நண்பன், பிரார்த்தனை, ஒரு பிரதேசம்

துவங்கியது. இவள் அவசரமாக ஸ்டேஷனின் கூரைக்குள் ஒதுங்கினாள். தூணொன்றில் சாய்ந்த படி மழையைப் பார்த் தாள். உணர்வுகளை மேலும் அதிகமாக்கி ஏதாவதொரு புள்ளி யில் மனதை நெகிழச் செய்துவிடும் வல்லமை உடையது மழை. அந்தச் செந்நிற நாய் தன் குட்டியுடன் தண்டவாளத்திற்கு எதிரேயுள்ள கட்டடத்திற்குள் ஓடியது. மழையின் நீர்த் திரையில் இவள் இறந்த காலத்தைச் சித்திரமாக்கிப் பார்த்துக் கொண் டிருந்தாள்.

இவன் அவசர அவசரமாய் மழையில் நனைந்தபடி ரயில்வே ஸ்டேஷனை நோக்கி ஓடிவந்துகொண்டிருந்தான். பன்னைத் தவிர வேறு உணவு எதுவும் கிடைக்கவில்லை. உடைகளைத் தாண்டி உடலை மழை தீண்ட உள்ளே வைத்திருந்த ரூபாய்த் தாள்களின் நினைவு வந்தது. வெளியே எடுத்தான். கீழே கிடந்த பிளாஸ்டிக் பையொன்றில் அப்பணத்தைத் திணிக்கத் துவங்க, ஒன்றிரண்டு துளிகளால் நனைந்தபடி ரூபாய்த் தாள்கள் படபடத்தன.

சாரதி இவனது அண்ணனின் நண்பனாயிருந்தான். பிறகு இவனுக்கு நண்பனானான். டிகிரி முடித்த பிறகு ஊர் சுற்ற இவன் ஆரம்பித்த வேளையில், தன் கடையில் சேர்த்துக் கொண்டான். கேசட் கடை. கேசட்டுகளின் வெளிப்புறத்தில் அழகாகப் படப்பெயர்கள் எழுதும் வேலை இவனுக்கு. அதை ஒரு வேலை என்றுகூடக் கூற முடியாது. நினைத்த நேரத்தில் சாப்பிடவும், நண்பர்களைப் பார்க்கவும், சிகரெட் பிடிக்கவும் இவனது சுதந்திரம் எவ்விதக் கடிவாளத்திற்கும் உட்படாமல் இருந்தது. சாரதிக்குக் கோபம் என்ற உணர்வே கிடையாது. அதனைப் பலவீனமான ஒரு ஆயுதமாய் வைத்து அவனை ஏமாற்றியவர்கள் நிறையப்பேர். இவன் ஆரம்பத்தில் சாரதி அண்ணனிடம் எச்சரித்தான். அதற்கு ஒரு புன்னகையுடன், "ஏமாத்தறவங்க ஏமாத்தட்டும்... நான் என்ன கெட்டுப்போ யிட்டேன் சொல்லு..." என்றான்.

யாரோ ஒருவனுக்காய் கடன் பத்திரத்தில் ஜாமீன் போட் டான் சாரதி. கடன் வாங்கியவன் வட மாநிலமொன்றிற்கு ஓடிப்போன பிறகு வட்டிக்கடைக்காரர்கள் சாரதியை அழுத்தத் துவங்கினர். சாரதியும் சமாளித்து சமாதானம் கூறிவந்தான். நேற்றுக் காலை கடை திறக்க சாரதி வரவில்லை. இவன் காத்திருந்து பிறகு சாரதியின் வீடு நோக்கிப் போனான். நுழையும் போதே சந்திரா அழுகையுடன் எதிர்கொண்டாள்.

"தேவையா இவருக்கு... யாரோ ஒருத்தன் கட்டாத கடனுக்கு இவரைப் போட்டு அடிச்சிருக்காங்களே... ஒரு எறும்புக்குத் துரோகம் செஞ்சிருப்பாரா..."

எல்லா வீடுகளுக்கும் உயிர் இருக்கிறது. அந்த நேரத்து சோகத்தின் மௌனம் சுவர்களிலும் அறைப் பொருள்களிலும் தனித்து ஒளிர்ந்தது. சாரதி அண்ணன் இன்னமும் புன்னகை இழக்கவில்லை. கடன் கொடுத்தவனின் புள்ளியில் நின்று பார்த்தால் இச்செயலின் ஆதாரக் கோபம் புரியும் எனக் கூறிவந்தான். பின் சற்று நேர யோசனைக்குப் பிறகு சந்திராவின் சொற்ப நகைகள் ஒரு மஞ்சள் பையில் சுற்றப்பட்டு இவனிடம் நீட்டப்பட்டன.

அடகு வாங்குகிற பாலு நாயக்கரின் வீட்டை நோக்கிச் செல்லும் போதெல்லாம், பணத்தைக் கடன்காரர்களிடம் விசிறியடித்துவிட்டு, கேசட் கடையைச் செழிப்பாய் நடத்தி, சாரதி அண்ணனின் புன்னகையில் நம்பிக்கைத் துளிர்களை முளைவிடச் செய்ய வேண்டுமென்பதைத் தவிர வேறு சிந்தனை யில்லை. நீட்டப்பட்ட நூறு ரூபாய்த் தாளின் கட்டுக்களில் இவனது வேறு மனம் விழித்தெழுந்தது. பின்னர் வந்த மணிகளில் சாரதி அண்ணனின் காயம்பட்ட உதடு, சந்திரா அக்காவின் கண்ணீர், கேசட் கடையென சகலமும் மறந்து வேறொருவனாய்ச் செயல்பட்டுக்கொண்டிருந்தான்.

மழை பெருமரமாய்க் கிளைகளை விரிக்க வேறு வழியின்றி ஒரு வீட்டின் திண்ணையில் ஒதுங்கினான். நடமாட்டமற்ற இரவுத் தெருவில் மழை அனாதைக் குழந்தையைப் போலத் திக்கற்றுப் பரவி ஓடிக்கொண்டிருந்தது. சம்பந்தமில்லாமல் சாரதி அண்ணனின் நினைவு வந்தது. இந்த நேரத்திற்கு அவரது பதற்றத்தின், ஏமாற்றத்தின் முன் அந்தப் புன்னகை செத்துப் போயிருக்கும். சந்திரா அக்காவின் அழுகை இன்னமும் தன் வெளிப்பாட்டை மிகைப்படுத்தியிருக்கும். தன் எதிர்காலம் பற்றிய பயம் கலந்த யோசனையுடன் கேசட் கடை விழித் திருக்கும். ஏமாற்றங்களின் தொடர்ச்சியில் தனக்கான வெளிச் சத்தையும் அழுகையின் உப்புக் குவியலுக்கு நடுவே தனது இனிப்பினையும் பெறும்படி மாறிப்போன தன்மீது இவனுக்கே குமட்டலான உணர்வேற்பட்டது. சடக்கென ஒரு துளி மழை உதட்டில் தெறித்தது. யாரோ சாட்டையாலடித்த உணர்வை அந்த ஒற்றைத் துளியால் அந்த நொடியில் தர முடிந்தது. இவன் தெருவிளக்கின் வெளிச்சத்தில் சாய்ந்து விழுகின்ற நீர்ச் சங்கிலியை மௌனமாய்ப் பார்த்தான்.

இவள் மழையைப் பயமாய்ப் பார்க்க ஆரம்பித்தாள். ஆவேசமாய் இவளை எட்டிப் பிடிக்க முயல்கிற மழைச் சாரலிலிருந்து தப்பிக்க நகர்ந்தமர்ந்தாள். கணேசனின் இருள டைந்த கண்களும், நந்தினியின் மிரண்ட அழுகையும் மழை யினூடே பிரதிபலித்துக்கொண்டேயிருந்தன. பீதியும், பதற்றமும்

   வெயில் நண்பன், பிரார்த்தனை, ஒரு பிரதேசம்

மிக்க மனதுடன் அவைகளைக் கவனித்தாள். சற்றுத் தள்ளி நீர்ப் போக்கில் போன ஒரு நீர்க்குமிழி சட்டென உடைந்தது.

மழையின் சப்தங்களடங்கிய பொழுதில் ஒரு நிழலோவியம் போலத் தலை குனிந்தமர்ந்திருந்த இவளை நோக்கி இவனின் நீண்ட நிழல் வரத் துவங்கியது. நனைந்து போன அவனது உடைகளிலிருந்து வடிந்த நீர்த்துளிகள் ஒரு சிற்றோடையைப் போல் இவளை நோக்கி ஓடி வர, உயிரற்ற குரலில்,

"எந்த ஊருக்கு டிக்கெட் எடுக்க?"

என்றவனை, நிமிர்ந்து பார்த்தாள் இவள்.

ᘓ ᘍ

ஆண்கள் விடுதி:
அறை எண் 12

கழிப்பறை

சிதிலமுற்ற குழாயிலிருந்து கொட்டிக்கொண்டிருந்த நீரில் பிளாஸ்டிக் வாளி நிறைந்து வழிந்துகொண்டிருந்தது. மிகுந்த அமைதி நிலவிய அவ்விடத்தில் சீரான அவ் வோசை மூலம் தன்னிருப்பை இயல்பாக்கும் விதமாய் அச்செயலை மாற்றியிருந்தான். மறுபடியும் அப்படங் களைப் பார்த்தான். புகைப்படப் பெண்ணின் நிர்வாணக் கோணங்கள் இவனுக்குள் எவ்வித ரத்தப் பாய்ச்சலையும் நிகழ்த்தவில்லை. மடக்கிவைக்கப்பட்டிருக்கும் அப்புத்தகத் தில் வழமையேறியிருக்க, புகைப்பட வர்ணங்கள் மினு மினுப்பற்று உணர்ச்சியிழந்திருந்தன. நீண்டகால ரசித் தலின் விளைவாய்ச் சிரித்துக்கொண்டிருக்கும் அப்பெண் களின் நிர்வாணம் அவர்களின் இயல்பான உடைகளாகி, மர்மங்களற்ற நீள் பாலை வெளியின் சுவாரஸ்யங்களற்ற பரப்பை ஒத்திருந்தன. இவன் ஆயாசமாய் உணர்ந்தான். கதவின் கீழ் இடைவெளியில் 'ப' வடிவத்தில் வெயில் விரிந்திருக்க, அதன்மேல் நிழல்களின் பிரதிகள் அசைவுறு கிறதா எனக் கவனித்தான். கதவிற்கு வெளியே இவன் யூகித்திருந்த நடமாட்டமற்ற வெறுமை பத்திரமாயிருந் தது. குழாய்க்கும் சுவருக்குமான இடைவெளியில் புத்த கத்தைச் சொருகினான். உடலெங்கும் நிரம்பியிருந்த வேட்கையில் உறுப்புப் பசிகொண்ட மிருகத்தின் வேட்டைக்கு முன்னான இரையின் மீது கூர் குவிந்த மௌன உன்னிப்புடன் அலைந்தது. மிகச் சிறிய ஒரு பாதையின் திறப்பு அச்சமயத்திற்குப் போதுமானது. காமத்தின் வேட்டைப் பாய்ச்சலில் உடல் அனிச்சை

யாய்த் தன்னை ஒப்புக்கொடுத்துவிடுகிற அந்தத் தருணங்கள் தேவைப்படுகின்றன. இவன் மலையின் விளிம்பைத் தேடிக் கொண்டிருந்தான்.

இப்பெருநகரத்தில் வாரப் பகல்களெல்லாம் வேலை செய்கின்ற நிறுவனத்தால் செறிக்கப்பட்டிருக்க, சோர்வும் தூக்கமும் நிரம்பிய நடு இரவுகளே இவனுக்கான நேரங்களாகி விட்டிருந்தன. சிறிய இவ்வறையின் தரையில் நெருக்கமாய்ப் படுத்திருக்கின்ற நண்பர்கள் மத்தியில் இவனுக்கான தனிமை காணாமல் போயிருந்தது. தவிர, வேலையின் பகல்நேர நெருக்கடி தருகின்ற காட்டமான நெடி படர்ந்த மூளைப் படிவுகள் சமனாகிற தருணத்தில் இவன் மெய்மறந்து உறங்கியிருந்தான். இன்று விடுமுறை. முகங்களிலெல்லாம் சூட்டுக் கொப்புளங்கள் பரவி எரிந்தது. உடல் வெப்பத்தை வெளியேற்றுவதற்கான உபாயங்களுள் இச்செய்கை தருகின்ற போதையேறிய மெய் மறப்பால் இவன் ஒவ்வொரு விடுமுறை தினத்தன்றும் இதனைத் தவறாத அடிப்படை நிகழ்வாக்கியிருந்தான். அதற்குச் சில புத்தகங்களும் நினைவில் சேகரித்திருந்த பெண்களின் சித்திரங் களும் உதவின. இந்த இருப்புகளில் அவ்வப்போது உள்ளீடும் வெளியேற்றமும் நிகழ்ந்தபடியிருக்கும். தோற்றுப்போன புத்தகம் வெற்றுக் காகிதமாயிருக்க, இவன் நினைவிலிருந்த பெண்களை வெற்றுச் சுவரில் உருவகப்படுத்தத் தொடங்கினான். இன்னும் மிகக் குறைந்த தருணங்களே இவனது கழிவறை இருப்பை வெளியிலிருப்பவர்களுக்கு இயல்பான விஷயமாகப் படச் செய்யும். அதிவேக முனைப்புடன் சுவர்ச் சித்திரங்களை ஓடச் செய்தான். சோதனையாக புணர்விற்குப் பின்னான முகத் தோற்றங்களே பிரதியாகியபடியிருக்க, நரம்புகளிலெல்லாம் பதற்றமேறி வியர்வை பொங்கியது. தான் தவறவிடக்கூடிய இத்தருணத்திற்கான ஒரு வாரக் காத்திருப்பின் பிரம்மாண்ட பயம் உணர்வுகளின் குவிமையத்தைச் சிதைக்கச் தொடங்கியது. வியர்வையூறிய உள்ளங்கையை வாளித் தண்ணீரில் அமிழ்த் தினான். குளிர் பரவியதும் மெலிதான சமநிலை கிடைத்தாற் போல உணர்ந்தான். சற்று நேரம் தலை குனிந்தபடி அமர்ந்திருக்க, ரம்மியமிக்க இசை பொங்கும்படி மனத்தை வைத்துக்கொண் டான். வெளிர்மஞ்சள்நிறப் பூக்கள் பரவிய ஒரு சமவெளியும் எடையற்ற சிட்டுக்குருவிகளின் வானமும் தோன்றியபடி யிருந்தன. மிக இயல்பாகச் சாயமற்ற புன்னகையுடன் அவளது முகம் பூத்த பொழுதில் மங்கத் தொடங்கிய புலன்களின் கூர்மைகள் விழிப்படைந்தன.

இவன் தன்னில் விரவுகிற அனிச்சைச் செயலை உணர்ந் தான். அம்முகத்திற்குரியவளுடனான தனது உறவின் படி

நிலையை யோசித்த பொழுது திடுக்குற்றான். புனிதங்களால் நிரப்பப்பட்டிருக்கும் உறவுகளின் எல்லையைக் கடந்திருந்தது வேட்கை. மிக மோசமான ஒரு பாவத்தைச் செய்தவனாய்த் தன்னை நினைத்துக்கொண்டு, நினைவுகளின் அடுக்குகளை மூடியபடி வெளியேற முனைந்தான். சொற்பக் கணங்களில் தான் தப்பிவிட்டதாகத் தோன்றியது. மிகப் பெரிய தண்டனைக் கான வாசலின் நுனியைத் தான் எவ்வாறு தேர்ந்தெடுத்தோ மெனப் பெருமூச்சுடன் எண்ணியபடி, துடித்த குறியைச் சமனப்படுத்த வேறுவிதமான சூழல்களையும் மனிதர்களையும் அசைபோட்டான். அவளை மிகச் சாதாரணமாகவே இவன் கடந்திருந்த வேளைகளில் அம்முகத்தின் ரம்மியமும் கவர்ச்சியும் பெரிதான அம்சங்களாகவே படாமல் போய்விட்டதாகத் தோன்றியது. ஒருவேளை இவன் அந்தக் கணங்களால் அவளிட மிருந்து இது போன்றதொரு தேவை ஏற்படாதெனத் தவற விட்டிருக்கலாம். கோட்டோவியத்தின் உயிரற்ற இடைவெளி களில் வேட்கையின் கிளர்ச்சிமிகு வண்ணங்கள் இளகிப் பரவி அவளது சித்திரத்தை உயிர்ப்பாக்கி மின்னச் செய்தன. மேலும் சில தர்க்கங்கள் வலிமையற்ற கால்களுடன் இவனை வந்த டைந்தன. இவன் குறைந்தபட்ச ஜாக்கிரதையுடன் அவளைப் பார்க்கத் தொடங்கினான். உறவுகளற்ற ஒரு புள்ளியில் அவளது சித்திரம் இவனைத் தின்னத் தொடங்கியது. மழைநீரின் பாய்ச்ச லோடு செல்கின்ற இலையைப் போல இவன் மிதந்து சென்றான். இவனது எதிர்பார்ப்பிற்கும் சற்று முன்னதாகவே இரண்டாய் மடங்கிக் குனிந்தான். வேட்டையின் மிச்சங்களைத் துப்பித் தணிந்தது குறி. லேசான கணங்கள் வழிந்துகொண்டிருந்த பொழுதில், சட்டென இறுதி ஸ்திரமான கண்ணாடி நிமிடங் களில் இவன் சிறைப்பட்டிருந்தான். உடலில் வழிந்த வியர்வையை வழித்து உதறினான். பிளாஸ்டிக் வாளி நிரம்பி வழிந்துகொண் டிருந்தது. சோர்வாய் உணர்ந்தான். அவளது சித்திரத்தை எந்தப் பெட்டியில் வைப்பதென்ற புதுவிதக் குழப்பமெழ, முதன்முதலில் ஏற்பட்ட பாவ உணர்வுகள் புதிய பச்சையம் வீச முளைத்தெழுந்தன. மறுபடியும் அந்தக் காட்சி நினைவில் வந்தது. வெளிர்மஞ்சள் பூக்களடங்கிய சமவெளியில் இறங்கு வெயிலின் மௌனக் கதிர்கள் எதிர்பார்ப்பற்று அழிந்துகொண் டிருந்தன. சிட்டுக்குருவிகளற்ற வானத்தின் ஸ்படிக நீலத்தில் அனுமானிக்கவியலாத பதற்றமிருந்தது. இவன் எளிதில் உடை படும் விதமாக ஒரு தாவரத்தைப் போல விரிசல் பரவியிருக்கும் கண்ணாடிக் கோப்பையாய்த் தான் மாறிவிட்டதாகத் துயரமாய் உணர்ந்தான். புனிதங்களைச் சிதைத்தெறிந்த மிருகத்தின் மறு வருகை மீதான பயத்துடன் தாழ்ப்பாளை நீக்கினான்.

மைய அறை

மிக நீண்ட நேரமாய் இவன் படுத்தே இருந்தான். உடையற்ற மேலுடம்பில் முதுகுப் பரப்பெங்கும் சிறு மணற்துகள்கள் ஒட்டிக்கிடந்தன. தூக்கமற்றுக் கழிந்த இரவு ரத்தக் கசிவுற்ற கண்களையும் அயர்ச்சியான முகத்தையும் விட்டுச்சென்றிருந்தது. வெயிலின் பாதங்கள் உறவினர் வீட்டுச் சிறுமிகள் திரைச் சீலைகளுக்குப் பின்னிருந்து எட்டிப் பார்ப்பதைப் போலத் தயக்கமாய் நுழைந்துகொண்டிருக்க, தலையணையில் முகம் பதியுமாறு படுத்தான். நைந்த தலையணையில் வாங்கிய சமயத் தில் நிறமுற்றிருந்த பூக்களனைத்தும் அழிவின் விளிம்பிலிருக்க, கறுப்பாய் விரவியிருந்த எண்ணெய்த் தடங்களிலிருந்து வாடை பரவியது. இந்த அறையில் முன்பு தங்கிச் சென்ற யாரோ ஒருவரின் அடையாளமான குண்டு பல்லும் அலமாரித் திட்டி லிருக்கும் முனையற்ற முகக் கண்ணாடியும் இந்த அழுக்குத் தலையணையும் அவ்விடுதியில் இவர்களின் நிரந்தரமற்ற வாழ்வை அவ்வப்போது மெலிதாய் முனகியபடியிருந்தன. இழந்துவிட்டிருந்த நேற்றைய மதியக் கணங்கள் வழக்கமான தடயமற்ற உதிர்தலைப் போலன்றித் துக்கமேறிய பெருங்கனவின் விரிதலாய்ப் பரவிக்கொண்டிருந்தன. கழிவறையில் தொடர்ந்து தண்ணீர் சிதறும் ஒலிக்குறிப்புகள் கேட்டபடியிருக்க, மிகக் குறுகிய தனிமையின் கரங்களில் சிக்குண்ட பதற்றத்திலிருந் தான்.

நகரத்தின் சிக்கல் நிறைந்த கட்டுமானங்களால் சிதைந்து போயிருந்த மதியம் புறநகரின் பரபரப்பற்ற சூழலில் தன்னை முழுமையாய் விரித்திருந்தது. இருவருக்குமிடையேயான மிகச் சரியான தூர விலகலில் இரு நிழல்கள் ஒதுக்குப்புறமான கட்டடம் நோக்கிச் சென்றுகொண்டிருந்தன. அவ்வப்போது முன்சென்றுகொண்டிருந்த அவள் இவனைத் திரும்பிப் பார்த்து, இவனது ஆர்வத்தின் பரப்பை விரிவாக்கம் செய்துகொண்டாள். இதற்கு முன்பு திரையரங்குகளின் வாசலில், தங்கும் விடுதி களின் சமீபத்தில், நெரிசலான முக்கிய வீதிகளில், புணர்தலின் அழைப்பிற்குரிய மொழி பேசும் கண்களை அவன் தெரிவு செய்திருந்தான். மிகுந்த வியப்பூறும் விதமாக அரசாங்க மருத்துவ மனையில் நலிவுற்ற நண்பனொருவனைப் பார்க்கச்சென்ற இன்றைய காலையில் மருந்துக் கசப்புகளின் நெடிபடரும் பதற்ற வெளியில் இவனது கவனத்தை இவள் தன்பால் குவித்தாள். குறுகிய பொழுதில் இவனது சம்மதத்தைப் பெற்று இப்புற நகரின் சப்தமற்ற வீதிகளில் இவனை இழுத்துச் சென்றுகொண் டிருக்கிறாள். இவன் எச்சில் ஒழுகும் மிருகத்தின் சுயக் கட்டுப் பாடற்ற வெறி பொங்க, வியர்வையைத் துடைத்தபடி பின்

தொடர்ந்தான். சுற்றிலும் புதர் நிறைந்த ஆஸ்பெஸ்டாஸ் வேய்ந்த அச்சிறிய வீட்டின் முன்னிருந்தார்கள் இருவரும். சுவரோரமாய்ச் சாயமற்ற சிறிய சைக்கிள் சாய்ந்து கிடக்க, கடைசியாய்ப் பெய்த மழையில் நிறைந்திருந்த ஆட்டுரலின் மேல் காகிதக் கப்பலொன்று முற்றிலும் ஊறி ஒரு தொடுதலில் சிதைந்துவிடுவதற்கான அபாயத்தில் அலைந்தது. ஆளரவமற்ற இச்சூழலில் தன் கிளர்ச்சியை நாசூக்கற்ற செயல்பாடுகளின் வழி இவன் திருப்திப் படுத்த விரும்பினான். அவள் பூட்டைத் திறக்கையில் கருவேல மரமொன்றில் சிறுநீர் கழித்தபடி சிரித்தான். அவளது பதிலுணர்வு என்னவாயிருந்ததென்பதை அனுமானிக்கவியலவில்லை. ஊரிலிருக்கும் சமயங்களில் உறவு முடிந்த நடு இரவுகளில் இவன் தெரு விளிம்பிலும் இவனது மனைவி முற்றத்துத் தென்னைத் தட்டிகளின் மறைவிலும் சிறுநீர் கழித்துவிட்டு மெல்லிய சிரிப்புடன் ஒருவரையொருவர் சீண்டியபடி சந்தோஷத்தின் பரப்பை நீட்டிக்கும் அந்தக் கண உணர்வு இன்று ஏற்பட்டிருந்தது.

திறந்திருந்த ஒரு கதவின் வழியே நுழைந்தான். மூடியிருந்த கதவின் முதுகுப் பரப்பில் வித வித கார்ட்டூன் பொம்மைகள் ஒட்டப்பட்டிருந்தன. மெதுவான ஆரம்பத்தில் மின்விசிறி சுழலத் தொடங்க, இதற்கு முந்தைய கணங்களின் இருப்பின் வழி சிதைந்து கிடந்த அல்லது இயல்பாயிருந்த அறையின் முகத்தைச் சீராக்கியபடி சிறிய மர நாற்காலியில் இவனை அமரச் சொன்னாள். அந்த நாற்காலியில் சிறுவர்களுக்கான ஓவியப் புத்தகமிருக்க, அதைப் புரட்டியபடி அவளைப் பார்த்தான். அடுப்பைப் பற்ற வைத்து எதையோ சூடுபடுத்தும் பாத்திரங்கள் ஒலிகேட்டது. பொதுவாக இவன் புணர்தலுக்குண்டான இடங்களில் கையாளப்படும் வலிந்து உருவாக்கப்பட்ட தனிமையின் பீதி, இங்கு தவறுவதைக் கவனித்தான். ஊரில் மனைவியுடனான உறவின் எல்லா இயல்புகளும் இவள் மூலம் நிறைவேறிக்கொண் டிருக்கின்றன. வலது ஓரக் கொடிக் கயிற்றில் ஆரஞ்சு வர்ண கவுன் ஒன்று அவசரமாய்க் கழற்றிப் போட்ட நிலையில் கிடந்தது. இதே நிறத்தில் தனது மகளுக்கு ஒரு தடவை கவுன் எடுத்துச் சென்றது நினைவிற்கு வந்தது. அக்கொடிக்கயிற்றுப் பின்சுவரில் கறுப்பு வெள்ளைப் புகைப்படத்தில் இவளும் இவளது கணவனும் பரந்திருந்தனர். அதிக மையிட்ட கண்களும் முன்நெற்றியோர நெளிநெளியான கூந்தல் முடிகளும் சற்றே செயற்கையான புன்னகையுமாய் இவளது அந்தப் பருவத்தின் மிகச் சிறந்த ஓவியமாய் அப்படம் இருந்தது. மண்ணெண்ணெய் அடுப்பில் சீற்றம் ஒலிக்க, சிரித்தபடி பாயை விரித்தாள். அதீதக் கற்பனை களுடன் வந்திருந்த இவன் இப்பொழுது இயல்பான உடலுடன் தானிருப்பதை அதிசயமாக உணர்ந்தான். கதவைப் பூட்டித்

தாளிட்டவள் மிக நெருங்கி வந்து இவனது கேசத்தைக் கலைத்த படி அணைத்தாள். இவன் கடைசியாய் வியர்வை படிந்திருந்த அவளது அக்குள் பகுதியின் வாசனையுடன் நினைவிழந்தான். இவனது வெறி கூடிய உடலசைவில் அவள் தன்னைச் சிறிய தாக்கிக்கொண்டாள். இவனால் ஒரு வித்தியாசத்தை உணர முடிந்தது. இதற்கு முன்னான பெண்ணுடல்கள் உறவின் எல்லாச் சூட்சுமங்களையும் மிக நன்றாக அறிந்திருந்தன. இவனது ஆவேசப் பாய்ச்சலை எளிதாக வகைபிரித்து மட்டுப்படுத்திக் கரை சேர்க்கின்ற வல்லமையுற்றிருந்தன. ஆனால், இந்த உடலில் இவனது வெறியனைத்தும் மிகச் சரியாக உள்வாங்கப்பட்டன. உச்ச கணங்களில் அவளது மெல்லிய வலி முனகலும் இவனைத் திருப்தியுறச் செய்தது. தோல்வியின் கசப்புப் படரச் சிதறிச் சரிகின்ற இறுதிக் கணங்களின்றி, சரியான இடைவெளி கூடிய உருகுதலுடன் உடல் கரைந்துகொண்டிருந்தது. இருவரிட மிருந்தும் பிழியப்பட்டிருந்த வியர்வையில் வெம்மை அதிர்ந்து கொண்டிருந்தது. இவன் நிதானமாய்த் தன்னைப் பிரித்தான். மூச்சிரைத்து ஏறி இறங்கிக்கொண்டிருந்த அவளது அடிவயிற்றுப் பிரசவத் தழும்புகளைச் சற்று நேரம் உற்றுப் பார்த்தவன், பின் மெதுவாக அவ்விடத்தில் முத்தமிட்டான். அடிபட்ட சிறு பறவையின் உயிரதிர்வு அவளுள் நிகழ்ந்துகொண்டிருப்பது தெரிந்தது. அடுப்பில் சூடான தேநீர் பொங்கும் ஓசையும் வாசனையும் வர உரிமையாய் எழுந்து சென்று இரு தம்ளர் களில் தேநீர் நிரப்பினான். சற்று முன்பு இயல்பாயிருந்த அறைப் பொருள்களிலெல்லாம் குற்றவுணர்ச்சி தளும்பியபடியிருக்க, அவற்றின் மௌனம் பல அர்த்தங்களுடன் இவனால் உணரப் பட்டது. மெல்லிய மயக்கத்துடனிருந்த அவள்மீது சேலையை ஒழுங்கற்று விரித்துவிட்டு, சில ரூபாய்த் தாள்களின் மீது தேநீர்த் தம்ளரை வைத்தான். அவள் சமனாகும்வரை அங்கேயே இருக்க விரும்பினான். அவள் நசிந்த குரலின் வழி பிள்ளைகள் வருகின்ற சமயமாகிவிட்டதென்றாள். அவ்வார்த்தைகள் இவனது எல்லையைத் தெளிவாக வரையறுத்துச் சுய கழிவிரக்கம் பெருகச் செய்தன. கதவை வெறுமனே சாத்திவிட்டு, உடைகளை நேர் செய்தபடி வெளிவரக் குளிர்ந்த காற்று முகம் பரவியது.

ராகமற்ற விசிலோசையுடன் சாலை நோக்கி வந்தான். இறக்கத்தில் அழுக்குச் சீருடையுடன் ஒழுங்கற்ற முடி பொங்க ஒரு சிறுவனும் தொடக்க வகுப்பிலிருக்கும் ஒரு சிறுமியும் தங்களுக்குள் சண்டையிட்டபடி வந்தனர். அவ்வப்போது அச் சிறுவன் உரக்கக் கத்தி அச்சிறுமியைச் சீண்டினான். இவனைக் கடக்கும் பொழுதில் அச்சிறுமி பக்கவாட்டுக் குத்துச் செடியில் வண்ணத்துப் பூச்சியொன்றைக் கண்டாள். பிறகு அழுகையை நிறுத்திவிட்டு, மிகுந்த ஜாக்கிரதையுடன் இரு விரல்களை

அதன் சிறகை நோக்கி நகர்த்த, முன்சென்ற சிறுவன் இவளைத் திரும்பிப் பார்த்தான். என்னவெனக் கேட்டபடி அருகில் வந்தவனை ஆட்காட்டி விரலால் உதட்டை மறைத்துச் சமிக்ஞை செய்ய அவன் தன் நடையின் அதிர்வைச் சட்டென ஒரு பூனையின் லாவகத்திற்கு மாற்றிக்கொண்டான்.

இவன் பேருந்தில் அறைக்குத் திரும்பிக்கொண்டிருந்த பொழுதில், அவ்வண்ணத்துப் பூச்சியும் அச்சிறுமியின் கண்ணீர் தேங்கிய கண்களில் விரிந்த பரவசமும் சிறுவனது புழுதி படிந்த பாதங்களும் அவர்களது அம்மாவுடனான தனது மதிய கணங் களும் வேறு வேறு புள்ளிகளில் ஒன்றாய் இணைந்து இனமற்ற அமைதியுடன் வேதனையின் கீற்றை ஒளிரச் செய்தன. நேற்றிரவு மனைவியுடன் தொலைபேசியில் பேசும் பொழுதில் இவனது குரல் அழுகையின் தொனியில் இருப்பதாய்க் கூறினாள். இவன் வேறுவிதமாகக் குரலை மாற்றிக்கொள்ள முயன்றான். எதிர் முனையில் ஏற்றுக்கொண்ட அடையாளங்களில்லை. குழப்பம் மிகுந்த முழு இரவை இவன் கடந்திருந்தான். கழிவறையில் தாழ்ப்பாள் திறக்கும் ஓசை கேட்டது.

ஆண்கள் விடுதி அறை எண் – 12

தூசியின் படலம் விரிந்திருந்த அவ்வறையில் விடுமுறை தினத்தின் முற்பகல் சோம்பலுடனும் உபயோகமற்றும் சிதில மடைந்திருந்தது. மைய அறையில் குப்புறப் படுத்துக்கிடந்தவனின் துவைக்கப்படாத கைலி வலது காலின் தொடை தெரிய ஏறிக் கிடந்தது. மூலையோர பிளாஸ்டிக் குடத்தின் பாசி படர்ந்த அடிப்பாகத்தில் நேற்றைய தண்ணீர் சூடேறிக் கிடக்க சுவர்ப் பல்லியின் பார்வை நெடு நேரமாய் அதன் மேல் உறைந்திருந்தது. கழிவறையிலிருந்து தண்ணீர் தெறிக்கின்ற ஓசை பெரும் போர்வையாய் அறையின் வெளியெங்கும் விரிந்து, சமீபமாகப் படிப்படியாகக் குறைந்து, மௌனத்தை நுழைத்துக்கொண் டிருந்தது. சிறிய கணத்திற்குப்பின் கழிவறைத் தாழ்ப்பாள் திறக்கப்பட, ஈரமான பாதங்களைக் கோணிக்கு உறிஞ்சக் கொடுத்தபடி அவன் நின்றான். படுத்திருந்தவன் ஒருமுறை அவனை ஏறிட்டுப் பார்த்தான். இருவருமே மிக நீண்ட பிரதேசத்தைக் கடந்து வந்திருந்த சோர்வுற்ற முகக்குறிப்பு களுடனும் முதல் வார்த்தைக்கான யோசிப்புடனும் தாமதித்த படியிருந்தனர். இருவருக்குமிடையேயிருந்த நிழல் வெளியை மௌனமாய்த் தின்றுகொண்டிருந்தது பகல்.

ରେ ଛ

முக்கோணம்

கசந்து திரண்ட அழுகையை
அன்று அம்மாவும் புறக்கணித்தபொழுது
உலகம் உங்கள் முன்
இரு கதைகளென பிளந்தது.

சங்கர ராமசுப்ரமணியன்

அ

பழுப்பேறிய வெண்சுவரில் சிறு நாணயத்தால் கிழித்
தெழுதியதில் ஒழுங்கற்ற ஒழுங்குடனிருந்த அவ்வார்த்தை
களை மறுபடியும் வாசித்தான். முன்னர் யாரோ கூறிய
பொழுதிலும், தானே நண்பர்களிடம் இடையிடையே
உச்சரித்த பொழுதிலும் இருந்ததைவிடச் சொற்களாக
எழுதியபின் அதன் குரூரமும் அவமானமும் மிதமிஞ்சி
யிருப்பதாய்ப் பட்டது. பின்னர் அவ்வார்த்தைகளின்
கீழ் நிதானமாக அவளின் பெயரை எழுதினான். கசிய
ஆரம்பித்த மெல்லிய குற்றவுணர்வுகளைத் தொடரும்
கணத்திற்கான குளிரேறிய எதிர்பார்ப்புகளாய் மாற்றத்
துவங்கியிருந்தது மனம்.

வினோத அமைப்புகளிலான இயந்திரங்களின்
உடலெங்கும் பசையின் தன்மையடைந்த எண்ணெய்
வழிசல்கள் கறுப்பாய் உறைந்திருக்க, பிரசவிக்கப்பட்ட
ராட்சத விலங்கின் தோற்றத்தையொத்த இயந்திரங்கள்
நிறைந்த தொழிற்சாலையில் பணியாளர்கள் வருவதற்கான
கால அவகாசமிருந்தது. புறங்கையில் உதிர்ந்த சுண்ணாம்புச்
சிதறல்களைத் துடைத்தபடி சுற்றிலும் ஒருமுறை பார்த்துக்
கொண்டான். நேற்றின் இரவில் உதிர்ந்து கிடந்த மர
இலைகள் திசையெங்கும் அமைதியைத் தூவியிருந்தன.
நீண்ட கழியின் விளிம்பில் செருகப்பட்ட விளக்குமாறால்
கூட்டத் துவங்கினான்.

வாசலின்வழி நுழைகையில் விசாலமாகவும் வெளிச்சமாக வுமிருந்த உலகத்தை, குறுகுறுப்பேறிய மனதுடன் பின்ஜன்னலின் வழி துழாவும் போது இருள் கசிகின்ற அறைகளின் வேறொரு முகத்தை அது தரத் துவங்கியது. பால்யத்தின் வர்ணங்கள் உருகத் துவங்கிய நாட்களில் பரிமாறுகின்ற அந்தரங்கங்களிலும், வேறு சில வரம்பு மீறல்களிலும் தனது இளமைக்காலம் உருக் கொள்ளுவதை உணர முடிந்தது. தன்னைவிடச் சற்று உயரமான அவள் இவனை அக்கா என அழைக்கும்படி கூறிக்கொண் டிருக்கும் பொழுது இவன் ஒரு சிறுவனின் முகமூடியுடன் ரகசியமாக அவளுடல் மீதான தனது தேடுதலைத் தொடர்ந்து கொண்டிருந்தான். பாவாடை சட்டை அணிவதற்கான பருவத்தைக் கடந்த பிறகும் அவள் அவ்வுடையையே அணிந்து கொண்டிருந்தாள். கீழ்விளிம்பு சிதைந்த பாவாடைக் குள்ளிருந்து முளைந்த பாத விரலின் தூய வெண்ணிற நகங்களில் அவள் அழகு மேலும் பெருகுவதெனப் பட்டது. வயதேறாத தேகமும், வளர்ச்சியுறாத மார்பகங்களும் அவளிடம் வேறொரு கவர்ச்சியுடன் தேங்கியிருந்தன.

வெப்பம் அலைகின்ற பகல்நேரத் தொழிற்சாலையில் இயந்திரங்களின் தொடர் கூச்சல்களில் மரத்துவிட்ட பணியாளர் கள் தங்களை ஈரப்படுத்திக்கொள்வதற்கான பொருளாய் இவளைக் கையாளத் துவங்கினர். கிடைக்கும் சந்தர்ப்பங்களில் சொற்களாலும், பார்வையாலும் புணர்ந்து தீர்ந்தனர். புணர்வின் உச்சத்தில் இவளிடம் கோபத்தை எதிர்பார்த்தனர். அவளின் கோபமே புணர்வின் திருப்தியைத் தங்களுள் பரவச்செய்யு மென்ற அவர்களின் கனவுகளை நொறுக்கும் விதமாய்க் குழந்தையின் சாயலையொத்த மிக மென்மையானதொரு புன்னகையை இவள் பரிசளிக்கும் பொழுது பெருங்குற்ற வாளியான பார மனதுடன் அவர்கள் விலகிச் சென்றனர்.

தொழிற்சாலையின் கடைநிலை உழியனான இவனுக்கு வேலைகளைப் பிரித்துத் தருகின்ற ஸ்தானத்தில் அவள் இருந்தாள். ஒரு சிறுவன் என்ற அலகின் அடிப்படையில் அவ்வேலையை எளிமையானதாக மாற்றித் தருகையில் தாங்கவியலாத அவமானம் கசிய, தப்பும் தவறுமாக அதீதப் பளுமிக்க வேலை களை மறைமுக உட்காயங்களோடு நிறைவேற்றி அவள்முன் நிற்கும் பொழுது அவள் வியப்பதேயில்லை. மாறான அவளின் அனுதாபம் இவனை மேலும் சுருங்கச் செய்தது.

ரகசியங்களின் அடர்த்தியை வைத்து மதிப்பிடுகிற நண்பர் களின் வட்டத்தில் அவளுக்கும் தனக்குமான பழக்கத்தைச் சற்றே மிகைப்படுத்திக் கூறியபொழுதில் அவர்கள் காட்டிய ஆர்வமும், பெண்ணுடல் மீதான இருளான கனவுகளில் வெளிச் சத்தைப் பரவச் செய்யும் தூதனென இவனிருப்பைக் கவனப்

படுத்திய விதமும் இவனை இயல்பற்றவனாக மாற்றத் துவங்கின. ஒருபோதும் வெளியேறவியலாத வலையைத் தன்னைச் சுற்றி விரித்துக்கொண்டிருந்தான்.

பருவங்கள் முதிர்ந்து அழிந்தன. கனவுகளில் பறித்த சொற் களால் உருவான பெரும்புனைவின் முன்னால் அவளது நிஜ உருவம் தேய்ந்து, மெல்லிய ஏமாற்றத்தை உணர்ந்தான். அவளுடனான உறவை அசாதாரணமாக்குவதே இந்தக் கசப்பை நீக்குமென எவ்வித நிகழ்விற்கும் அதற்குப் பின்னான விளைவு களுக்கும் தன்னைத் தயார் செய்துகொண்டிருந்த நாளொன்றில் அடையாளமற்ற குரலொன்று கூறிய அவளின் பிறிதொரு முகத்தை இவன் நடுக்கமுறும் கைகளால் பெற்றுக்கொண்டான்.

சூத்திரமாக்காத அவள் மீதான ப்ரியம் உருவமற்ற உயிரொன்றாய் இவனுள் வளர்ந்திருக்க, சடக்கெனப் பியத் தெறியப்பட்ட அதனுடலிலிருந்து பீய்ச்சியடிக்கின்ற நிணத்தின் நாற்றமானது சகிக்கவியலாத கசப்பாய் உடலெங்கும் பரவியது. பெருகுகிற ஏமாற்றத்தில் தான் மூழ்கிவிடக் கூடாதென்னும் வெறியில், அவள் மீதான வன்மத்தை இயல்பு மீறிய வேகத்துடன் தன்னுள் நிரப்பிக்கொள்வதன் மூலமே இதிலிருந்து தான் தப்பவியலுமென நம்பினான். தன்னிச்சையான பதற்றத்துடன் இவனும் அவளைத் 'தேவிடியா' என்றான். வலுவான தாக்குதலை உள்வாங்கிய வேதனையில் இலக்கு பிறழ்ந்த பதிலடியைப் போலத் தன் சொற்களைத் தானே உணர்ந்தான்.

ஆ

இன்னும் சில அடிகள் இதே வேகத்தில் ஓடினால் நெஞ்சு வெடித்து விடும் போலிருந்தது. அதிர்ந்து ஊதி விரியும் நுரையீரல் களுக்கு முடிந்த மட்டும் வாயைத் திறந்து காற்றைக் கடத்தினான். ஈரம் உலர்ந்த அடித் தொண்டையை வாளின் கூர்மையுடன் கிழித்துச் சென்றது காற்று. திரும்பிப் பார்க்கையில் வீட்டை விட்டு வெகு தொலைவு வந்திருந்தாலும் ஏதேனும் ஒரு இடை வெளியில் வீடு எதிரே வந்துவிடுமெனப் பயந்தான். பழுக்க மில்லாத இந்த இடத்தில் ஒருவித ஆசுவாசமிருந்தது. ஒரு தெருவின் வளைவில் படபடத்து வருகின்ற சேலையைத் தொடர்ந்து அழுதபடி ஓடி வரும் அம்மா, அவள் பின்னால் பனியன் அணிந்த உடலும், மூங்கில் கழி பற்றிய கையுமாய்த் தன்னைக் குறி வைத்து வருகின்ற தேன்நிறச் செருப்புக்காரனும். அதிர்ந்து சுருண்ட அடிவயிற்றின் எச்சரிக்கையால் தன்னிச்சை யாக ஓட எழும்பின கால்களை, அத்தோற்றங்கள் போலியான வைவென வாய்விட்டுத் தனக்குத்தானே சொல்லியபடி அடக்கினாள்.

பழக்கமில்லாத ஒரு இடத்தில் மாலையின் மென்னிருள் படரும் பொழுது இயல்பாகவே எழுகின்ற சுயகழிவிரக்க உணர்வுகள் இன்று அதீத அடர்த்தியுடன் தன்னுள் பரவுகிறதை உணர்ந்தான். தலைக்கு மேலாய்ச் சிதறிக் கரைந்தன பறவை யொலிகள். இன்றைய மதியத்தை ஒரு கனவென மறக்க நினைத் தாலும், திடுக்கிட்ட ஒரு கணத்தில் சிக்கிக்கொண்ட நிலையில் சிறகுகள் நகரும் வலிமை உதிர்ந்து அக்கணத்தின் மேலேயே படபடத்துக்கொண்டிருந்தன. தன்னையும் மீறிக் கசிகின்ற கண்ணீரைக் கடுமையாக மறுக்க முயன்றாலும் கண்ணீர் வந்துகொண்டுதானிருந்தது.

வெளிர் மஞ்சளான மதியத்தின் சித்திரங்கள் தெறித்த கடிவாளத்துடன் இடைவிடா வேகத்தில் மனதெங்கும் ஓடிய படியிருந்தன. சிதறியிருந்த முற்றத்து வேப்பம் பூக்களின் மேல் சைக்கிளை நிறுத்துகையில், வாசலெங்கும் கிடந்த கருநிறக் கொடுக்காய்ப்புளியின் விதைகள் மிரட்டுகிற கண்களென ஈரம் மிளிர முறைக்கையில் திடுக்கென உதறலெடுத்தது. ஏறத்தாழ சாத்திய கதவினிடையே இருள் கோடொன்று மௌனமாய் நின்றது. ஓரத்தில் கிடந்த தேன்நிறச் செருப்பில் பெருவிரலின் அகண்ட தடம் பயமுறுத்தும் விதமாக அழுந்தியிருக்க, நேர்த்தி யான ஒழுங்குடன் அது கிடந்த விதத்தில் அதன் வருகையின் இயல்புத் தன்மை தெரிந்தது. சமீபமாய் வீட்டிற்குக் கொடுக் காய்ப்புளி விதைகளும், தேன் நிறச் செருப்பும் வரத்துவங்கி யுள்ளன. முதன்முதலாக மங்கலாகிவிட்ட உறவுகளில் ஒருவரென அம்மா கூறியபொழுதில் சுவரோரமிருந்த மஞ்சள் பையில் குட்டி குட்டியான பச்சைநிறப் பாம்புகளை ஒத்திருந்த கொடுக் காய்ப் புளிகளுடன் அந்தச் சிரிப்பை எதிர்கொள்ள நேரிட்டது. வெகு நேரம் தொடரவியலாத பலகீன உரையாடலே இரு வருக்கும் சாத்தியமானது. கட்டிக் கிடந்த வெள்ளை நிற நாய்க் குட்டி தொடர்ந்து தேன்நிறச் செருப்பைப் பார்த்துக் குரைத்த விதமிருக்க 'பசிக்கிறது' என்றபடி அம்மா அதன்முன் வைத்த சோற்றையும் புறக்கணித்து உயிரின் கடைசிப் புள்ளியையும் குவித்து அது கதறுகையில் ஓரமாயிருந்த மூங்கில் கழியால் அதன் தலைமீது அவர் அடிப்பாரென எதிர்பார்க்கவேயில்லை. வன்மமிக்க அந்தக் கண்களும், கழியைப் பற்றிய மயிரடர்ந்த கையின் முரட்டுத்தனமும் அருபமாய்ப் படர்ந்திருந்த அவர் மீதான அவநம்பிக்கையின் முதல் சொல்லை ஸ்திரப்படுத்தின. பதற்றத்துடன் அம்மாவைப் பார்த்த பொழுது எதிர்மாறாக அவள் சிரித்தது அவ்வளவு அசிங்கமாயிருந்தது. பீதியுடன் பயந்தடங்கிய நாய்க்குட்டியின் கண்கள் தன்னையே வெகுநேரம் பார்த்துக் கொண்டிருந்ததில் தனக்குள் சுரந்த குற்றவுணர்வையும், பரிதாபத்தையும் வெறுமனே தன்னிலேயே சுமந்தபடியிருந்தான்.

தேன்நிறச் செருப்பின் வருகையின்போதெல்லாம் இயல்பற்ற தாகிவிடுகின்ற அம்மாவின் நடவடிக்கைகளால், ப்ரியத்தின் மெல்லிய இழைகள் அறுந்து வெகுதூரம் போய்க்கொண் டிருப்பதாய் உணர்ந்தான். இரு வேறு உலகங்களாகிவிட்டி ருந்தது வீடு. ஒரு மழைக்காலத்தில் தொலைந்த அப்பாவைத் தேடிச் சகதியூறும் வயல்களினூடே அழுதபடி ஓடிய அம்மா இவளல்ல. சமீபமான தனது அடர்மௌனங்களில் அவள் உள்ளூர நடுங்குவதை உணர முடிந்தது. சாத்திய கதவின் மேல் வெயிலின் ரேகைகள் ஊர்ந்துகொண்டிருக்க, அரை குறையாக ஊகிக்க முடிந்த வீட்டினுள்ளான நிகழ்வுகள் கொடுங் கனவென மனதினுள் விரிந்துகொண்டிருந்தன. தோலுரிக்கப் பட்ட ப்ரியங்களின் நாற்றத்திலிருந்து இனியொரு போதும் தான் தப்பவியலாது என்ற எண்ணத்தினூடே சிதைந்த தங்களின் முகங்களையறியாமல் மறுபடியும் தன் முன்னால் புன்னகைக்கப் போகும் அதன் கோரத்தை எவ்வாறு எதிர்கொள்வதென்ற பீதியும் கிளர்கையில் திசை குறித்த அக்கறையின்றி ஓடத் துவங்கினான்.

ஒவ்வொரு பல்லாய் உதிர்ந்துகொண்டிருக்கும் மிருகத்தைப் போலப் பின்மாலையின் இருளுக்குள் தொழிற்சாலை தனது இயக்கத்தினை இழந்தவிதமிருந்தது. சூறையாடிச் சென்ற இத்தினம் முடியப் போகிறதை ட்யூப்லைட்டின் மொண்ணை யான வெளிச்சத்தின் கீழ் அமர்ந்து பார்த்தபடி இருந்தான். நீண்டு விரிந்த யாருமற்ற அறையில் உற்பத்திப் பொருட்கள் ஆங்காங்கே குவிந்து கிடந்தன. திறந்து கிடந்த கதவிற்கு வெளியே தூரத்திருளில் தண்ணீர்த் தொட்டியருகே உடலைக் கழுவிக் கொண்டிருந்த சிலரின் நிழலுருவங்கள் அசைந்தபடியிருந்தன. எச்சிலைக்கூட விழுங்கவியலாத விதம் துக்கத்தின் முரட்டுக் கரம் தொண்டையை இறுக்கியபடியிருக்க தான் செத்துவிட்ட தாகக்கூடத் தோன்றியது.

இருளின் ஒரு திசையிலிருந்து அவள் தெளியத் தெளிய வந்தாள். தூரத்தில் சில சீழ்க்கையொலிகளும், மோசமான ஓசையுடைய சிரிப்புகளும் அவளைப் பின்தொடர்ந்தபடி யிருந்தன. முகத்தின் விளிம்பில் சரியாகக் கழுவப்படாத சோப்பின் நுரைகளுடன் இடது மார்பை நீவியபடி அறையினுள் வந்தாள். துவக்கமா, முடிவா எனக் கூற முடியாதபடி நீர் தளும்பிய கண்களுடன் வெற்றுச்சுவரையே சிறிது நேரம் பார்த்தவள், இயந்திர உதிர்கள் சிதறிக்கிடக்கும் மேஜையின் ஓரத்திலிருந்த அழுக்கேறிய தூக்கு வாளியைத் திறந்து சூடற்ற தேநீரைக் குடிக்கத் துவங்கினாள்.

மூக்கைக் கோணி உறிஞ்சியபடி, எதையோ கட்டுப்படுத்த முயன்றாள். அலையில் மூழ்கியெழும் மிதவையெனத் தொண்டைக்குழி தாழ்ந்தெழும்ப, மிகத் தாமதமாக இவனிருப்பைக் கண்டவள், சன்னமான குரலில் ஏதோ கேட்கத் துவங்குகையில் சட்டென முழந்தாளிட்டு அவளது தொடையிடுக்கில் முகம் புதைந்து கதறியழத் துவங்கினான்.

ಇ ಖ

ஜேசுதாஸின் காதலி

கதவு தட்டப்பட்டது. முடிந்துகொண்டிருந்த மதியத்தில் ரேடியோவில் ஜேசுதாஸின் மென்கரகரப்புக் குரலில் ஒரு புள்ளியென உறைந்து கிடந்தவள் சடக்கெனத் தூக்கத்திலிருந்து விழிப்பவளைப் போல உதறிக்கொண் டாள். ஒருமுறை அறையைச் சுற்றிப்பார்த்தாள். மெல்லிய குரலில் பேசியபடியிருந்த மின்விசிறியின்கீழ் வியர்வை மினுங்கும் உடலுடன் குழந்தை உறங்கிக்கொண்டிருக்க, ஜன்னலைத் திறந்ததும் மாலையின் சோம்பல் வெயில் அசிரத்தையுடன் தரையை நுகர்ந்தவிதம் நுழைந்தது.

மீண்டும் கதவு தட்டப்பட்ட இடைவெளியில் கதவைத் திறந்தாள். அவர் நின்றிருந்தார். முன்வழுக்கை யிலும், மீசையற்ற மேலுதட்டிலும் வியர்த்தபடியிருக்க, அவர் சிரித்து அருவருப்பாயிருந்தது. மௌனமாகத் திரும்பிச் சமையலறையை நோக்கி நடந்தாள். சொம்பில் நீர் மோந்துகொண்டிருக்கும்பொழுது, முன்னறை யிலிருந்து அவர் ஏதோ கேட்டார். சரியாகக் காதில் விழவில்லை. ஜேசுதாஸின் ரகசிய விரல்கள் திரும்பத் திரும்ப இவளை அணைத்தபடியிருந்தன.

உறங்கும் குழந்தையின் கன்னத்தில் முத்தமிட்டபடி, "அப்படியே உன் அம்சம். அந்த மூக்கு விளிம்பப் பாரேன்" என்றார். இவள் அமைதியாகச் சொம்பை நீட்டினாள். அண்ணாந்து நீரைக் குடித்தபடி இவளைப் பார்த்தார். பின்கழுத்தோரம் வருடியபடியிருக்கும் ஜேசுதாஸை இவளால் சட்டென விலக்கமுடியாமலிருக்கையில்,

"அந்த ரேடியோவைக் குறை முதல்ல ..." என்றார்.

இவளது அமைதியின் சின்னங்களை ஒவ்வொன்றாகக் கதவடைத்துவிட்டு, வேறுவழியின்றி அவள் தன்னிடமே வந்தடைவதற்காக அவர் மேற்கொள்ளும் செயல்களுள்

அதுவும் ஒன்றாயிருந்தது. ஆனால் ஜேசுதாஸை ஒருநாளும் அவர் ஜெயிப்பதற்கு இவள் அனுமதித்ததேயில்லை. உச்சத் திலிருந்த ஜேசுதாஸைக் கைபற்றிப் படிகளில் நடத்தி, வீட்டின் ரகசிய அறையொன்றில், தான் மட்டுமே காணமுடிகிற கோணத் தில் அமர்த்தினாள். அலமாரியின் எந்த மூலையிலிருக்கிற தெனத் தெரியாவிதம் ஒவ்வொரு புடவையின் நூல்களுக்கும் ரகசிய வேர் பரப்பியிருக்கும் தாழம்பூவின் வாசனையென ரேடியோ கசியத் தொடங்கியது.

அளவில் சிறிய, மிக லேசான சிவப்புநிறத் துண்டைப் பிடிவாதமாய் இடுப்பைச் சுற்றி அணைத்தபடி குளியலறை நோக்கிச் சென்றவர், நீர் சிதறும் ஒலிகளுக்குள்ளிருந்து, "அந்த ஸ்கூட்டரைத் துடைச்சு வை. நீயும் புடவைய மாத்து, கிளம்பலாம்" என்றார். சுவிட்ச் பெட்டியின்மேல் செருகப்பட்ட கல்யாணப் பத்திரிகையை எடுத்து டேபிள்மேல் வைத்துவிட்டு மாடிப் படிகளில் இறங்கினாள்.

இவளுக்கு ஸ்கூட்டர் பிடிக்காமல் போனதற்குத் தொப்பை யுடைய முதிர்ந்த ஆணின் சாயலையொத்திருந்ததும் ஒரு காரணம். அதன் முன்நெற்றியில் திருமணமான புதிதில் இவள் கிழித்த ஆணிக்கிறல்களின் மேல் தூசியப்பியிருந்தது. ஜேசுதாஸை இவ்வளவு தூரத்திலும் தான் சேகரிக்க முடிவது சந்தோசமா யிருந்தது. ஒரு சர்ப்பமென மாடியிலிருந்து நீண்ட ஜேசுதாஸின் குரல் வெகு ஆவலுடன் இவளைப் பற்றிச் சுழற்றித் தூக்க, மெல்லச் சிரித்தபடி ஸ்கூட்டரைத் துடைக்க ஆரம்பித்தாள்.

டியூசன் எடுக்கும் சாரதா அக்காதான் முதன்முதலில் ஜேசுதாஸை இவளுள் வரைந்தவள். மழை தீர்ந்த மாலை வேளையொன்றில், ஜன்னலுக்கு அப்பால் விரிந்த ஈரமான காலி மைதானத்தைப் பார்த்தபடியிருந்த சாரதா அக்காவின் கண்களில் கண்ணீர் வந்துகொண்டிருக்க, இரண்டாம் நாள் அதிகாலையில் தூக்கிட்டுக்கொண்டாள். மரநிற ரேடியோ விலிருந்து வழிந்த ஜேசுதாஸின் குரல் ஒரு பூனைக்குட்டியைப் போல அவளது கால்களைச் சுற்றியபடியிருந்தது.

பூமாரியம்மன் கோவிலில் விளக்கிட்டுவிட்டுத் திரும்புகை யில் தெப்பக்குளத்திற்குத் தூரத்திலிருந்த சாம்பல் நிறச் சாயங் காலத் தென்னந்தோப்பிற்குள்ளிருந்து ஒலித்த ஜேசுதாஸை, "அப்பா மாதிரியும், காதலன் போலவும் மாறி மாறி தோணறது" என்ற நாகமணி குன்னுருக்குக் கட்டிக்கொண்டு சென்றபின் இலைகள் உதிர்ந்து கிடக்கும் பெருக்கப்படாத முன்மாலையில் ஜேசுதாஸ் இவளிடம் வந்தடைந்திருந்தார்.

ஆத்திரமும், புகைச்சலும் தன்னை மீறிப்போகும் தினங் களில்தான் அம்மா பூஜையறையை ஒதுங்க வைப்பாள். யாரையோ

திட்டியபடி சாமிப்படங்களின் நெற்றியில் தொங்கும் காய்ந்த பூக்களை வெடுக்வெடுக்கெனப் பியத்து அகற்றுபவள், அழுது கொண்டே திருநீறால் குத்துவிளக்கை மெருகேற்றி, ஒளியின் முதல் துளியைத் திரிகளில் அமர வைக்கையில் விசும்பியும், வியர்வை நெற்றியில் குங்குமத்தை அப்பியபடி வெளிவரும் போது, யாரிடமோ தனது வாதைகளைக் கழற்றிக்கொடுத்து விட்டுத் திரும்புபவளைப் போலப் பளபளவெனச் சிரித்தபடி சமைக்கத் தொடங்குவாள்.

"மேலே யோசிக்க ஒண்ணுமில்ல தங்கராஜ். அவன் நாலணா கூட்டாளியா யாவாரம் பண்ணுன காலத்துலயிருந்து நகக் கண்ணு அளவா பொருள் சேத்து, ஒரு மனுசனா இவன் நிமிர்ந்த காலத்துல போய்ச் சேர்ந்திட்டா. உம் பொண்ணு போயி குடும்பத்த நிமித்த வேண்டியதில்ல. மூத்தவ அலங்கரித்த தேர்ல இவ போயி உட்கார வேண்டியதுதான். சரியாத்தான் எழுதி யிருக்காங்கே ஆக்குன கையானாலும் அள்ளித் திங்கிறதுக்கும் விதி இருக்கணும்" என்றபடி பவுனு மாமா தந்துவிட்டுப் போன மஞ்சள் தடவிய ஜாதகத்தை வகைப்படுத்த முடியாத முகத்துடன் பூஜையறைக்குள் கொண்டு சென்ற அம்மா, அன்றுதான் அழுதபடி வெளிவந்தாள்.

ஒரு புத்தகத்தின் நூறுபக்க இடைவெளியுடன் இவள் அவருடன் இணைந்தாள். வடுவேறிய காயங்களைச் சடுதியில் ஆறவிடாமல் கீறிவிடுகிற நகங்களைப் போல யாருடைய குரல்களாவது அவ்வப்போது கடந்து சென்றன. தொடர்ந்த தினங்கள் குற்றவுணர்வையும், இயலாமையின் ஆத்திரத்தையும் சன்னஞ்சன்னமாக இருவருக்கும் பரிசளித்தபடியிருந்தன. எழுதப் படாத பக்கங்களென நாட்கள் கழிய அவருக்கு கமிஷன் மண்டியும், இவளுக்கு ஜேசுதாஸின் குரலும் துணை கொண்டன.

லாலா சத்திரத்து முக்கில்தான் டீக்கடை திறந்திருந்தது. தூங்கியபடி கண்ணாடி டம்ளரிலிருந்த பாலை குழந்தை வினோத ஓசையுடன் உறிஞ்சியது. ஸ்கூட்டரையும் இவளையும் குழந்தையையும் பார்த்தபடி தூரத்திருளில் அவர் சிகரெட் குடித்துக்கொண்டிருந்தார். யாரோ டீக்கடையின் ரேடியோவை மாற்றிக்கொண்டிருக்க, பல குரல்களுக்கு மத்தியில் ஜேசுதாஸின் குரல் பதற்றமிக்க குழந்தையைப் போலத் தடுமாறியபடியிருந்தது. மெலிதான காற்று வீசியபடியிருக்க, இவள் ஒரு பறவையென வந்தமரப்போகிற ஜேசுதாஸிற்காகத் தனது கிளைகளை நன்றாக விரித்து வைத்தாள்.

சிகரெட்டை நசுக்கிவிட்டு அவர் வரும்வரை ஜேசுதாஸ் வரவில்லை. இவளுக்குச் சிணுங்கலான ஏமாற்றம் ஏற்பட்டது. நாளை மதியம் ஜேசுதாஸிடம் பேசக்கூடாது. செண்பகக்

குட்டியைத் தூங்கச்செய்தபடி, இவளருகில் ஜேசுதாஸ் வந்தமர்வது போலும், அதை உள்ளூரக் கவனித்தபடி, அசிரத்தையுடன் வேறு வேலைகளில் அவன் கெஞ்சக் கெஞ்ச இவள் ஈடுபட்டுக் கொண்டிருப்பதாகவும் உணர்ந்தாள். திடீரென நடராஜனின் ஞாபகம் வந்தது. கல்யாண வீட்டில் இடதுபக்கத் தோளை யாரோ தொட, யாரெனத் திரும்பியவளின் வலதுபக்கமிருந்து சிரிப்பின் ஆரம்ப முகத்துடன் நடராஜன் வந்தான். உரிமைமிக்க அந்தச் செய்கை கூச்சத்தையும் ஆச்சரியத்தையும் ஒரே கணத்தில் விளைவித்தது. முப்பது தாண்டியும் திருமணமாகாத ஆண்களுக் கேயுரிய நன்றாக விளைந்த முகத்தில் இளமையின் சில வண்ணங்கள் மிச்சமிருக்க, மெலிதான தாடியும் பேச்சின் நிதானமும் சந்திரா சித்தியின் ஏதோ விசேஷத்தில் பார்த்த நடராஜனை நினைத்துத் தன்னையறியாமல் இவளைச் சிரிக்கச் செய்தன. இவளது திருமணம், குழந்தை எதையுமே பொருட் படுத்தாத அவனது குரல் திரும்பவும் முன்பருவகாலத்திற்கு அழைத்துச் சென்றுகொண்டிருந்தது.

வீடு வருவதற்குள் குழந்தை நன்றாக உறங்கிவிட்டிருந்தது. மெத்தைக்குக் கிடத்துகையில் ஒரு கணம் கனவிலிருந்து விழிப்பது போல் அரைக்கண்ணை மேலேற்றிப் பார்த்துவிட்டுப் பின் திரும்பவும் தூங்கத் தொடங்கியது. ஆடை திரண்ட பாலில் கொஞ்சம் தயிரை விட்டு மூடினாள். ஒவ்வொரு நகையாக கழட்டியபடி, "நடராஜன் மச்சானுக்குக் கொடை ரோட்டு பேங்க்ல உத்யோக மாறுதலாயிருச்சாம். உங்ககிட்ட சொல்லச் சொன்னார். இந்தப் பருத்தி சீசன்ல வியாபாரத்துக்கு ஏதும் லோன் வேணும்னா ஏற்பாடு செய்யலாம்னார்." கேட்டுக் கொண்டதற்கு அடையாளமாய் ஒருமுறை குனிந்தபடியே தலையை அசைத்தார். இவள் சட்டெனத் தன்னுள் பரவுகிற கர்வத்தை உணர்ந்தாள். ரகசியமான யுத்தமொன்றில் தான் வெல்வதற்கான அறிகுறிகள் எங்கேயோ சந்தோஷமாக எழுவது போலிருந்தது. அழுத்தமான துவேசம் எதுவுமில்லையென் றாலும், ஏனோ காலம் முழுவதும் எரியும்படி இவருக்கு ஒரு ரணம் தரும்படி அடிமனத்திலிருந்து யாரோ ஓங்காரமாய்க் கத்துவது போலிருந்தது.

குழம்பின் மஞ்சள் கலவை படிந்த தட்டில் அவரது விரல்கள் வளைகோடுகளை ஆற்று நீரைப் போலவும், நீண்ட கூந்தலெனவும் வரைந்தபடியிருக்க, கை கழுவாமல் இவள் மேற்கொண்டு பேசுவதைக் கேட்கவிருப்பதைப்போலிருந்தார்.

"செண்பகக் குட்டியோட தொண்டைச் சதைக்கு அவருக்குத் தெரிஞ்ச டாக்டர் ஒருத்தர்ட்ட காட்டலாம்னார். ஒண்ணும் பயப்படாண்டாமாம். பின்ன, நம்ம வீட்டு அட்ரஸைக் கேட்டார். சொல்லியிருக்கேன்."

நுட்பமாக அவரது அசைவுகளைப் பார்த்தபடி சொல்லி முடித்தாள். நக இடுக்குகளின் உணவுத்துகள்களைத் தேய்த்த படி கை கழுவிவிட்டு, சலனமின்றி நீரைக் குடித்தார். இவள் முற்றிலும் தனது எதிர்பார்ப்பிற்கு மாறான கணங்களைப் பெற்றபோது இன்னும் இன்னுமென அடிமனக்குரல் தன்னை உருவேற்றுவது தெரிந்தது. அதன் சப்தம் பொறுக்கமுடியாத கணமொன்றில் தன்னையறியாமல் உதடுகள் பிளக்க, உள்ளிருந்து யாரோ சொற்களை எறிந்தனர்.

"ஒண்ணும் தப்பில்லையே ..."

இயல்புதாண்டிய மூச்சின் வேகத்துடன் இவள் கேட்டாள். நிதானமாக வாயைத் துடைத்தபடி நிமிர்ந்து பார்த்தவர், பிறகு சருகான மெல்லிய குரலில்,

"யார் தப்புன்னு சொன்னது" என்றார்.

சட்டென இவள் அதிர்ந்தாள். மன்னிப்புக் கோருகின்ற அந்தக் குரல், இரவுநேர மலைப்பாதையில் எங்கிருந்தோ பனியுடன் சேர்ந்து கசிந்தழும் ஜேசுதாஸின் குரலை ஒத்திருக்க, விளக்குகள் அணைக்கப்பட்ட பின்னிரவில் அந்த வீட்டில் யாரோ அழுதுகொண்டிருந்தார்கள்.

ஊ ஓ

பெயரற்றவன்

நினைவுகளின் குப்பைக்கூடையாய் நான் இருப்பதாக உணர்வதற்குச் சில காரணங்களிருக்கின்றன. எந்த வேலையையும் ஆயுளுடன் பிணைத்துக் கனவு காணாமல் அனுபவங்களின் வெவ்வேறு பக்கமாய் மாற்ற முயன்று ஊடுநரைகள் எழத்துவங்கிய இந்த வயதிலும் நிலையற்ற வாழ்வுடனும், திருப்தியுறா மனநிலையுடனும் நகரின் வெவ்வேறு சந்திப்புகளில் சாலையைக் கடப்பதற் காகக் காத்துக்கொண்டிருக்கிறேன். சில நிகழ்வுகளின் மௌன சாட்சியமாகவும், இன்னும் சிலவற்றின் மையப் புள்ளியாகவும் ஆனவிதம் நிறைகின்றது நாட்களின் பல கணங்கள். சாட்சியான கணங்களே பத்திரமாகியிருக்க அவ்வப்போது எடுத்து நுகர்ந்து அதன் வாசனைகள் மூளைப் படிவுகளில் வினோத போதையைத் தடவ, சட்டெனத் தலையை உதறி வெளிவருகையில் அரூப திருப்தி எங்கிருந்தோ எழுகிறது. மிதமான சூடுடைய உள்ளங்கைகளைப் பற்றிக் குலுக்கும்போது பறவையைப் போல அங்குமிங்குமென அலைந்து இறுதியாய் எனது அழுக்கேறிய சட்டைப் பித்தானிலோ, முதுகுக்குப் பின்னாலான ஒரு பொருளின் மீதோ நிலைபெற்ற பிறகு தனது கதவுகளைத் திறக்கின்ற அந்தக் கருவிழிகளுக்குப் பின்னால் விரிகின்றது உலகின் மற்றொரு துயரப் புத்தகம். கண்ணீர்களுடன் அலைந்து திரிகின்ற எனது உடலில் எது என்னுடையது. தனபால் சிரித்துப் பேசும்பொழுது, தோற்றபடியிருக்கின்ற சிரிப்பினூடே அழுகை திரண்ட வள்ளி சித்தியின் நினைவெழுகிறது. நண்பர்கள் விடை பெற்ற பின்னிரவின் புத்தகச் சந்தையில் கடைசி நபராய் வெளிவரும்போது சோடியம் விளக்குகளின் மஞ்சள் உலகில் தனியனாக இருக்கும்பொழுது உடலும், கணமும் அவ்வளவு பாரமாய் மாறிவிடுகிற பித்து மனதை எதில் உராயச் செய்து நிறம் மாற்றுவதெனப் புரியவில்லை.

இருள் பரவுகின்ற மாலை வேளையில் பகலின் உஷ்ணம் வடிந்துவிட்ட மலையுச்சியிலிருந்து சிலர் இறங்கத் துவங்கினர். காற்று சிலுப்பிய உடல்களுடன் அவ்வப்போது யாராவது சிரிக்கையில் எதற்காகவோ மலையேறியிருந்த ஆட்டுக்குட்டிகள் பாறைகளில் பதறி ஏறுகின்றன. சம்பத், கீழே பள்ளத்தாக்கிலிருந்த சுனையின் பச்சை நிறப் படலத்தின் நெளிந்தாடும் நீர்ப் புடவையின் நீள நெளிவுகளைப் பார்த்துக்கொண்டிருந்தான். அவனது கண்ணாடியின் பக்கவாட்டின் வழி தூரத்து மலையில் யாரோ கொளுத்தும் பெருந்தீயின் ஒளியை நான் கவனித்தேன். அகல் விளக்காகிக்கொண்டிருந்தது அம்மலை. இந்த மலை யுச்சியில் கோயில் இல்லை. சிற்பங்களும், புதிர்ப்பிளவுகளுமென ஏதுமற்ற நிலையிலும் மலை சுவாரஸ்யத்திற்குரிய ஒன்றாக வேயிருக்கிறது. பத்திரப்படுத்தத் தெரியாத மஞ்சள் சரிகையிட்ட பட்டுடைகளில் புழுதி புரண்டிருக்க, மிதமான உயரமுடைய குத்து விளக்கிற்கு உடையை மாற்றியது போல நான்கைந்து சிறுமிகள் ஒவ்வொரு சொல்லிற்கும் சிரிப்புமாய், படிக்கட்டுகள் முடிகின்ற உச்சியில் அழுக்கு நிலா மிதக்க, அதிலிருந்து இறங்கி வருபவர்களைப் போல வருகையில் இருளுருவத் தேவதைகளைப் போலிருந்தனர். சம்பத் பேசிக்கொண்டிருந்தான். சில சொற்களை நான் பொறுக்கிக்கொண்டேன். சிலவற்றை ஆட்டுக்குட்டிகள் கொறித்தன. மலையின் உடலில் சில சொற்கள் வழிந்து கிடந்தன. கடைசியாக அழுதான். தனக்கே தனக்கான அந்த அழுகையின் கண்ணீர் வெதுவெதுப்புடன் அவனது கன்னத்தை முத்தமிட்டுத் தேற்றிக்கொண்டிருந்தது. ஆண் பிள்ளைகள் அபூர்வமாய் அழுகின்றனர். பெண்களின் மாதவிலக்கின் அந்தரங்க வலிகளை ஆண்களின் இதுபோன்ற அழுகைகளும் நிரம்பப் பெற்றவை. அழுகின்ற சம்பத்தின் முகம் ஏன் இவ்வளவு பிரகாசமாய் மாறிக்கொண்டிருக்கிறது. உலகின் மிகத் துரயவனாக சம்பத் உருக்கொண்ட இந்த மலையுச்சியின் மாலையைக் கடந்து செல்லும் பறவைகள் பார்த்து நகர்கின்றன. இந்த மலை குறித்த நினைவுச் சித்திரத்தை சம்பத் வரைந்து முடித்துவிட்டான். திரும்பவும் எனது பயணம் துவங்கிவிட்டது.

நடு இரவில் சம்பத்திடமிருந்து விடைபெறுகிறேன். அவன் நிரப்பித் தந்த தண்ணீர் பாட்டில் மகத்தான குளுமையுற்று சம்பத்தைப் பிரதிபலிக்கிறது. இருளின் வயிற்றுக்குள் ஊடுருவும் பேருந்தில் யாவரும் உறங்கியபடியிருக்க குளிருக்குள் சுருண்டு கொண்டிருக்கும் கிராமங்களைக் கடந்துகொண்டிருக்கிறது. நான் மிகவும் உற்சாகமடைவது தெரிகிறது. குரல்கள் எழாத, காற்றின் பாடல் மட்டும் ஜன்னல் வழி கசிகின்ற இந்த இரவு களுக்குள்ளே நீண்டு விடாதா வாழ்வின் மொத்த நாட்களும்.

நிரம்ப நாட்களுக்குப் பிறகு உங்களைச் சந்திப்பதில் மகிழ்ச்சி யும் துக்கமுமற்ற புதுவித மனக்கிளர்வு எழுகிறது. உங்களை விரும்புவதற்குச் சில காரணங்களிருக்கின்றன. அதிகபட்சமாய் ஒன்பதாவது நிமிசத்திலிருந்து நீங்கள் பொய்மைக்கு அருகில் உங்கள் மனதை நகர்த்தி வைக்கிறீர்கள். என்னிடமிருந்து சில ஆமோதிப்புகளை வேண்டுகிறீர்கள். எதிர்பாராத கணமொன்றில் தளரும் உங்களின் கோமாளி முகத்தினால் என்னை உள்ளூரச் சந்தோசமடையச் செய்கிறீர்கள். உங்களை வெறுப்பதற்கும் சில காரணங்களிருக்கின்றன. சலிக்காமல் பேசுகிறீர்கள். அதில் பெரும்பகுதி எனக்குரியவை அல்ல. பகிரும் அந்தரங்கத்தை நகரெங்கும் கூவி விற்றுவிடுவேனோ என எண்ணி எனது முதுகிற்குப் பின்னால் இரு கண்களையும் பதித்துவிடுகிறீர்கள். கடைசியாக மிக முக்கியமாக எளிதான ஒரு மன்னிப்பின் மூலமோ, சிறு நினைவுகூரல் வழியாகவோ என்னை விட்டுவிட்டு வேறொரு வனத்திற்குள் நுழைந்துவிடுகிறீர்கள். ஆகவே உங்களிட மிருந்து இந்தக் கதையைத் துவங்குவதென்பது நிறமற்ற மலரை வரைவதைப் போலிருப்பதால், நான் விடைபெறுகிறேன். காகிதப் பணம், நாணயமென உருமாற்றம் அடைந்துவிட்டதால், இந்த நகரிலிருக்கிற அவனை நோக்கிச் செல்கின்றேன். அலுப்பினா லோ, கோபத்தினாலோ முகமறியாத நபரொருவரிடம் சில ரூபாய்களைத் தந்துவிடுகிறான் அவன். மிகச் சிறந்த செயலைச் செய்தான். தேநீர்க் கடையின் வாசலில் நானும் அவரும் குவளைகளைக் காலி செய்துகொண்டிருக்கையில் நகரெங்கும் பெருகிவிட்ட வாகனங்களையும், சுகாதாரக் கேட்டையும், இறுதியாக விலைவாசி உயர்வையும் பற்றி அவர் கவலைப்பட்டுக் கொண்டிருக்கிறார். சட்டைப் பைக்குக் கீழான நைந்த சிறு வட்டத்தில் தனது விரல்களால் சிவப்பு நிற நூல் ரோஜாவைப் பூக்கச் செய்த அவர் மனைவியின் பெயரை மனதுக்குள் மாறி மாறி யூகிக்கிறேன். இதனால்தான் எனது வாழ்வு சீரழிந்து விட்டதென நினைக்கிறேன்.

மாடிப்படிகள் வளையுமிடமெங்கும் எச்சில் கறைகளும், உடல் சிதைந்த துண்டு சிகரெட்டுகளும் தூசிகளுடன் இறைந்து கிடக்கின்ற இந்த விடுதி அவ்வளவு பிரசித்தம் பெறாதது. அவரது அறைக்கதவு பூட்டியிருந்தது. சிரித்தபடி மறைத்த அந்த நாளொன்றின் மொத்தச் சோர்வும், பெரும் அலுப்பும் சில்வர் வர்ணப்பூட்டில் மாலை வெளிச்சமாய்த் தகிக்க, மாடிக் கைப்பிடிச் சுவரில் சாய்ந்தமர்கிறேன். அடுத்த அறையில் தங்கி யிருக்கின்ற ஸ்கூட்டரில் பற்பொடி விற்கிறவர் பி.பி. ஸ்ரீனிவாஸின் சொற்களின் மேல் வருடிச் செல்கிற சதுரக் குரலைச் சற்று

உயர்த்தி வைத்துவிட்டு, சிதைந்த சிறு கண்ணாடியைப் பார்த்த படி சவரம் செய்யத் துவங்குகிறார். சொற்பப் பொருட்கள் வசிக்கும் அவ்வறையின் மூலையில் உறைகள் பிரிக்கப்படாத சில பற்பொடி டப்பாக்கள் அடுக்கி வைக்கப்பட்டிருக்கின்றன. ஒரு இன்லன்ட் கவரின் மீது காலியான மதுப்புட்டி அமர்ந்திருக் கிறது. விடுதியின் பின்புறத் தெருவின் அமைதியை நுகர்ந்தபடி இரண்டு நாய்கள் சீரான வேகத்தில் நடந்துகொண்டிருக் கின்றன. அவைகள் எப்பொழுது வீடு திரும்புகின்றன, எங்கு செல்கின்றன எனப் பின்தொடர்ந்த நாளொன்றில்தான் குமுதா அக்கா வாத்தியார் வீட்டு வைக்கோல் போரின் பின்புறத்தில் வைத்து உள்ளங்கைகள் வியர்வையூற அந்தக் கடிதத்தைத் தந்தாள். முகமெங்கும் பருக்கள் விளைந்த அவள் எனது அம்மாவின் மீது மூன்று முறை அந்தக் கடிதத்தைப் பிரிக்கக் கூடாதெனச் சத்தியம் வாங்கிக்கொண்டாள். இப்பொழுது சரியாக நினைவில் இல்லாத அந்தக் கடிதத்தின் வரிகளை நான் ரகசியமாகப் படித்தேன். எதற்காகவோ பள்ளியிலிருந்து சஸ்பெண்ட் செய்யப்பட்டிருந்த ராஜூ சாரின் வீடு தியேட்ட ருக்குப் பின்னால் ஒண்டியாகக் கிடக்கும். நான் சென்றிருந்த மதியத்தில் அவர் கதவுக்கருகில் கைகளைத் தலைக்குப் பின்புற மாகக் கட்டி உறங்கிக்கொண்டிருந்தார். அக்குள் மயிர்களுடன் ஒரு ஆசிரியரைப் பார்த்தபொழுதில் மென்கூச்சமெழுந்தது. முதுகெங்கும் சிறுமணல் ஒட்டியிருக்க, வியர்வை முகத்தைத் துடைத்தபடி என்னை உள்ளே அழைத்தார். கடிதத்தைக் கொடுத்த பிறகு ஒருமுறை வாசித்தவர் உணர்வற்ற முகத்துடன் யாரிடமும் சொல்ல வேண்டாமெனக் கூறியபடி தண்ணீர் வேண்டுமா வெனக் கேட்டார். நான் மறுத்துவிட்டு வீடு நோக்கி வருகையில் எங்கிருந்தோ நாயும் வந்து ஒட்டிக்கொண்டது.

நிஜமாகவே இப்பொழுது குமுதா அக்காவும் ராஜூ சாரும் எங்கிருக்கிறார்களென எனக்குத் தெரியாது. ஆனாலும் உங்களது யூகங்கள் வெவ்வேறு விதமாய் அவர்களிருவரையும் வரைந்துகொண்டிருப்பது தெரிகிறது. திருப்தியுறாத முகத்துடன் நீங்களிருப்பது வருத்தமாகத்தான் இருக்கிறது. நாகரிகம் கருதி எங்களுடன் நீங்கள் சாப்பிட மறுக்கிறீர்கள். எனது நண்பர், இவர் யார்... புதிய ஸ்நேகமா? என உங்களைப் பார்த்தபடி என்னிடம் கேட்கிறார். ஆமோதித்தவிதம் உங்களை அவருக்கு அறிமுகப்படுத்துகிறேன். இடையில் மின்சாரம் உயிரிழந்துவிட்டு நெடுங்கணத்திற்குப் பிறகு திரும்பும் வரை மூவரும் பேசிக் கொண்டிருக்கிறோம். பின்னிரவில் நீங்கள் விடைபெறுகின்ற மாடிப்படிகளின் கீழிருந்து பற்பொடி வியாபாரம் முடிந்து

படியேறிக்கொண்டிருக்கிறார். பகிராமல் பாதுகாத்த மிளிர் கனவொன்றை உங்களுக்குள்ளிருந்து நீங்கள் தோண்டியெடுத்து வருகின்ற மறுநாளின் முற்பகலின்போது நான் இந்த நகரத் திலிருந்து வெளியேறியிருக்கிறேன்.

(க.சீ. சிவகுமாருக்கு . . .)

ஜ ஐ

பிம்பச் சிதைவு

தொட்டி முழுவதும் இளவெயில் படர்ந்திருக்க, ஞாயிறின் காலை பரபரப்பெல்லாம் சொட்டுச் சொட்டாய் வடிந்த ஒரு விரக்தி படர்ந்த சூழல் விரியத் துவங்கியிருந்தது.

நூற்றுக்கணக்கில் வெட்டி உரிக்கப்பட்ட ஆடுகளின் பொருவேறிய ரத்தச் சிதறல்களாலும், ஒதுக்கியெறியப் பட்ட கழிவுத் துணுக்குகளிடமிருந்தும் கிளம்பிய வாடை அங்கிருப்பவர்களுக்கு வித்தியாசப்படாமலேயே காற்றில் அலைந்தது. கசாப்பு வெட்டுகிற மர உருண்டையின் சமதளத்தில் அன்றைய வெட்டுகளின் மூலம் கொதறப் பட்டிருந்த மரத்துணுக்குகளை வெட்டுக்கத்தி மூலம் வேலு சிராய்த்துவிட்டுச் சமப்படுத்தியபடியிருந்தான். ஒரு ஓரமாய் இரும்பு வாளியொன்றில் மிச்சமான ஆட்டுக் கால்கள் திணிக்கப்பட்டிருக்க, அதன் மத்தியில் ஆட்டுத் தலை ஒன்று கிடந்தது. உயிரற்ற தன் சாம்பல் திரைக் கண்களின் வழியே எதிர்ச் சுவரில் படிந்துகொண்டிருந்த அரசமரத்தின் நிழல் பூக்களைப் பார்த்தபடி இருந்தது. யூசுப் வரவில்லை. வந்துவிட்டால் வேலை முடிந்துவிடும். இவனது சம்பளம் வேலுவிடம் இருந்தது. எப்பொழுதும் வேலுவிடம் இவன் உரிமையான வார்த்தைகள் பேசிப் பழக்கமில்லாததால் வேலை முடிவதற்கான நேரத்தின் மீது எவ்வித ஆர்வமும் இயல்பாகவே எழவில்லை. வேலு பீடி வாங்கி வரச் சொன்னான், நெரித்துக்கட்டப் பட்டிருக்கும் புதிய பீடிக்கட்டின் மீது இவனுக்கு ஒருவித ஆர்வமிருந்தது. அதன்மேல் சுற்றியிருக்கும் ஆரஞ்ச் நிற லேபிள் நினைவு தெரிந்ததிலிருந்தே மாறியதில்லை.

மிச்சமிருந்த சில்லறைகளை இவனிடமே கொடுத்து விட்டு, யூசுப்புக்குத் தொலிகளைக் கணக்குக் கொடுக்கத்

துவங்கினான் வேலு. கடையைக் கழுவி மாமிசக் குப்பைகளை நிரப்பி வைத்திருந்த அலுமினிய வாளியைத் தூக்கியபடி ஓடுகால் பக்கம் சென்றான். ஓடுகாலில் யாருமில்லை. நிரப்பி வைக்கப் பட்டிருந்த தண்ணீர்த் தொட்டியைக் காரணமில்லாமல் ஒரு முறை எட்டிப்பார்த்தான். மதிய வெயில் பாளம் பாளமாய்த் தொட்டியினடியில் உறை ந்து கிடந்தது.

வறண்டு போன ஆற்றில் அங்கங்கே தேங்கிக்கிடந்த அழுக்குத் தண்ணீர்க் குட்டையில் இவன் வயதையொத்த பையன்கள் குறிப்பிட்டுச் சொல்லத் தெரியாத வேடிக்கை விளையாட் டொன்றில் கலந்திருந்தார்கள். குப்பை மேட்டில் வாளியைக் கவிழ்த்துவிட்டுக் கைப்பிடியைக்கொண்டு விளிம்பில் இரு முறை தட்டினான். மறுபடியும் ஒருமுறை வாளியின் உள் பக்கத்தைப் பார்த்தான். வாளிச் சுவர்களில் மெல்லிய நரம்புத் துணுக்குகள் உறைந்த ரத்தங்களுடன் ஒட்டிக் கிடக்க, சிறு குச்சியொன்றால் சுரண்டி அகற்றினான். யாரோ சரிவில் இறங்கி வருவது போலிருந்தது. திரும்பினான். பாண்டி வந்து கொண்டிருந்தான்.

அவனது பார்வையும் அந்தக் குட்டைச் சிறுவர்களின் மீதேயிருந்தது. இவனருகில் வந்தவன், இவனுக்கு முதுகைக் காட்டியபடி சிறுநீர் கழித்தவாறே,

"என்னடா செய்றாங்கே காந்தம் ..." என்றான்.

இவன் பதிலேதும் கூறாமல், நடக்கத் துவங்கினான். பாண்டி சற்று வேகமாய் இவன்முன் வந்து நின்றான். புழுதி படிந்த அவனது கால்களில் சிறுநீர் கழிக்கும் போது தெறித்த துளிகள் வினோத அடையாளங்களை விட்டுச் சென்றிருந்தன. இருவருமாய் மேடேறித் தொட்டியை நோக்கி நடக்கத் துவங் கினார்கள். ஓடுகாலுக்குப் பின்புறமாய் ஒரு பழைய கல் மண்டபம் இருந்தது. சிதிலமான படிக்கட்டுகளில் ஒரு கிழவன் காவித் துண்டால் முகத்தை மூடியபடி படுத்திருந்தான். பாண்டி இவனது தோளில் கை போட்டு அந்தப் பக்கமாய் இழுத்துச் சென்றான். இவன் திமிறி விலக முயல விலாவில் ஒரு குத்து விட்டான். மிகச் சன்னமாய் இறங்கிய நடுவிரல் மூட்டு சிறு புள்ளியாய் பதிந்து பின் உடல் முழுக்கத் தாங்க முடியாத வலியலைகளை எழுப்பியது. இவன் தடுமாறி முனகி விழுந்தான். அலுமினிய வாளி சற்றுத்தள்ளி விழுந்தது.

அந்தக் கிழவன் துண்டை விலக்கிச் சற்றுநேரம் இருவரையும் பார்த்தான். பாண்டி இவனை இழுத்து நிமிர்த்தினான். கண்களில் தெறித்த கோபத்திற்குப் பின்னால் இவன் மீதான பற்று மெல்லிய கோடாய் நெளிந்தது.

"சொல்றேன்ல, நீ பாட்டுக்குப் போற..."

இவன் வாளியில் படிந்த மணலை எதை வைத்துத் துடைக் கலாமெனச் சுற்றுமுற்றும் பார்த்தான். பாண்டி டவுசரிலிருந்து பீடியொன்றை எடுத்துப் பற்றவைத்தான். இவனது மனதை மாற்றும் முயற்சியாக முதல் புகையை இவன் முகத்தில் ஊதினான். சற்றே புருவத்தை மட்டும் சுருக்கிக்கொண்டு இவன் நின்றான். இனி பாண்டி அடிக்கமாட்டான் எனத் தெரிந்தது. அந்தக் கிழவன் எழுந்தமர்ந்தான். பார்வை இவர்கள் மேலேயே இருக்க, வெறுமையேறிய இக்கணத்தை இவர்களைக் கவனிப்பதன் மூலம் கடக்க முயன்றான். அவன் எதிர்பார்த்த படி இருவருக்குமிடையே கைகலப்பு உருவாகாததன் ஏமாற்றத் துடன் இடது புறமாய் ஒருதடவை காறித் துப்பினான். பாண்டி இவன்முன் பீடித் துண்டை நீட்டினான். இவனது வாயில் வைத்து விடுவதான பாவனையுடன் வாயை நோக்கிக் கையைக் கொண்டு செல்ல, தட்டிவிட்டான். அணைகின்ற விதமாய் மணலில் விழுந்தது பீடி. நூலாய்ப் புகை வெளிவர, பாண்டி சிரித்தான்.

"பெரிய வெண்ணை மானிக்கி அன்னிக்கு பீடி பிடிப்போ மானு கேட்ட..."

இந்த வார்த்தைக்கு முன்னான வினாடியில் பெரிதான ஒரு நிகழ்வை உருவகித்திருந்த கிழவனுக்கு வெறுப்பு பொங்கியது. ஒற்றைத் துணுக்கில் ஊசலாடிய கங்கைப் பாண்டி ஊதி வளர்த்தபடி, கிழவனைப் பார்த்தான். பிறகு, வேணுமா என்னும் படி அப்பீடியை அவன்முன் நீட்ட சடக்கென எழுந்து வந்து பெற்றுக்கொண்டான். மிகவும் வெறுக்கத்தக்க ஒரு புன்னகை விரிந்தது கிழவனிடத்தில்.

நிறுத்தி வைக்கப்பட்டிருந்த சைக்கிள் கேரியரில் இரும்பு வாளி அமர்ந்திருக்க, ஆட்டின் தலை தெருமுனையில் ஏதோ பேசியபடி வருகின்ற இருவரையும் பார்த்தது. வேலுவும், நாச்சிப் பாளையம் பார்வதியும் பூட்டிய கடை வாசலில் பேசியபடி யிருந்ததை இவன் பார்த்தான். பாண்டியும் அதைக் கவனித்து விட்டுச் சட்டென வலது புறமிருந்த கடைகளுக்கிடையேயான சந்தில் நுழைந்தான். பார்வதி இவனைப் பார்த்துச் சிரித்தபடி, சுருக்குப்பையிலிருந்த புகையிலைப் பொட்டலத்தை எடுத்தாள். சைக்கிளினருகே அமர்ந்தபடி வேகமாய் ஒரு தடவை பெடலைச் சுழற்றிவிட்டு இறங்குகின்ற பின்சக்கரத்தையே பார்த்தபடியிருந்த வேலுவை நோக்கி இரு விரலால் அடக்கிய புகையிலைக் கொத்தை நீட்ட, பார்க்காமலேயே வேண்டாமெனத் தலையசைத் தான் வேலு. இவனைப் பார்த்ததும் கோபமாய் எழுந்து பிடறியில் ஒரு அறை விட்டான். முன்பக்கமாய்த் தடுமாறியபடி இரும்பு

வாளியைப் பிடிக்க, அவ்வளவு நெருக்கத்தில் தெரிந்த ஆட்டின் கண்களைப் பார்த்ததும் திடுக்கென ஒரு பீதியோடியது.

"மசிரு ... எங்கடா போயிட்டு வரே ... ஒனர் கடையை யடச்சிட்டு போயிட்டார்ல ... இப்ப இந்த வாளியை எங்க வப்பே ..."

காட்டமான புகையிலை எச்சியைத் துப்பிவிட்டுச் சிரித்தாள் பார்வதி. அவளுக்கருகே இருந்த மீன் கூடையின் உட்புறத்தில் விரிக்கப்பட்டிருந்த லாரி ட்யூப்பின் மேல் மீன் செதில்கள் வட்ட வட்டமாய்ப் படிந்திருக்க, ஏதோ ஒன்று மினுங்கியது.

"யே வேலு, பிள்ளக்கி மீச அரும்புது, ஓயாம கை நீட்டாத" என்றாள். வேலு பதிலேதும் பேசாமல் இவன் கையிலிருந்த வாளியைப் பிடுங்கி ஹேண்டில்பாரில் மாட்டிவிட்டு சைக்கிளை நகர்த்தினான். சற்று தூரம் சென்றதும் நினைவு வந்தவனாக இவனைப் பார்த்துத் தலையசைத்தான்.

கசங்கிய பத்து ரூபாய்த் தாள்களை இவன் கையில் திணித்து விட்டு, ஒருமுறை முகத்தை உற்றுப்பார்த்தவன், பெடலை மிதித்து நகர்ந்தான். முதுகுக்குப் பின்னால் மீன் கூடையைத் தலைக்குத் தூக்கியபடி பார்வதி கத்தினாள்.

"ஏலே காந்தம் ... வாரியா என் வூட்டுக்கு ... கெளுத்திடா ..."

இவன் வயது மீதான நிச்சயமின்மையின் காரணமாகக் கேலியேறியிருந்த அச்சொற்கள், கூடிய விரைவில் அக்கேலியைக் கழற்றி விடுவதற்கான ஆயத்தமும் நிரம்பியனவாய் இருந்தன.

இவனுக்கு விழிப்புத் தட்டியதும், தொண்டையில் யாரோ உப்புத்தாளால் தேய்ப்பது போலிருந்தது. ஒருமுறை செருமினான். காற்று முழுவதும் இருளாய் மாறி அச்சிறு அறையை நிரப்பி இருந்தது. அலைந்துகொண்டிருந்த சிம்னியில் அறைப் பொருட் களின் வெவ்வேறு கோணங்கள் பிரதியாகிக்கொண்டிருந்தன. வீட்டிற்கு வெளியே படுத்துக்கிடந்த டைகர் மெலிதாகக் குரைத்தது. வெறும் இருப்பின் அடையாளமான அக்குரைப்பைத் தொடர்ந்து தலைசாய்த்து அது தூங்குவதை இவன் யூகித்தான். வீடு முழுவதும் வெக்கை படிந்திருக்க, குடத்திலிருந்த தண்ணீர் ஒரு திரவமென்பதற்கு மேலான எவ்வித அடையாளங்களை யும் விரல்களுக்குத் தரவில்லை. தண்ணீரைக் குடித்துவிட்டுச் சுவரோரக் கயிற்றில் தொங்குகிற அம்மாவின் சேலையால் முகத்தையும் உடலையும் துடைத்தான்.

வியர்வையின் நெடியூறியிருந்த அச்சேலையில் பாட்டில் கம்பெனியில் கழிந்த அம்மாவின் பகலொன்று இருந்தது. கழுத்துப் பக்கமாய் அதிகக் கசகசப்பாயிருக்க உஸ்ஸெனப் பெருமூச்சு கிளம்பியது. டைகர் தனது கால் நகங்களால் தகரக்

கதவைப் பிறாண்டியது. முன்பொரு தடவை அம்மாவிற்குத் தாங்கவியலாத வயிற்று வலி ஏற்பட்டு, அவளுக்குத் துணையாக மெயின் ரோட்டுக்கு வலது புறச் சரிவிலிருக்கிற கருவேலஞ் செடிகள் மிகுந்த சாக்கடைப் பள்ளத்திற்குச் செல்கையில், அவள் கொல்லைக்குச் சென்று வரும் வரை ஆளற்ற ரோட்டில் இவனும், டைகரும் விளையாடிக்கொண்டிருந்தது நினைவிற்கு வந்தது.

இரண்டு முழங்கால்களையும் நெஞ்சுக்கு ஏற்றிச் சுருண்டு படுத்திருந்தாள் அம்மா. தூக்கத்தில் அம்மாவின் முகமே வேறு மாதிரியிருந்தது. இவன் அவள் பக்கத்திலமர்ந்து அவளது முகத்தையே பார்த்தபடியிருந்தான். முக்கால் பாகம் மூடிய இமைகளுக்கு வெளியே வெண் திரை தெரிய, கறுப்பேறிய உதடுகள் சன்னமாய் முனங்கின.

வியர்வை பொடித்திருந்த கழுத்துப் பகுதியிலிருந்து ஒரு நீர்க்கோடு கிளம்பிப் பின்தலைப்பக்கமாய்ச் சென்றது. இவன் கையிலிருந்த சேலையால் கழுத்தைத் துடைத்துவிட்டான். முகஞ்சுளித்து, வாய்கோண ஏதோ ஒரு வலியை மென்றாள் அம்மா. இவன் நிறுத்திவிட்டு பிறகு மறுபடியும் ஆனால் அந்த வலி உணரப்படுகிற பகுதியைக் கண்டுகொள்ள முயல் வதான நுணுக்கத்துடன் துடைத்தான். இரண்டாம் முறையில் அந்த வெட்டுக்காயம் விரல்களில் முளைத்திருந்த கண் களிலிருந்து தப்பவில்லை. கீழ்க் கழுத்துப் பகுதியில் அரைத் துண்டு பீடியளவு ஒரு வெட்டு இருந்தது. கன்னிப் போயிருந்த ரத்தம் அதன் மத்தியில் தடயமாயிருந்தது. ஆள்காட்டி விரலால் ஒருதடவை அதனைத் தொட, சன்னமான துடித்த உதடு களிலிருந்து பிய்ந்த வார்த்தைகள் வந்தன.

"தேவ்டியா பயலே… விட்றா… தேவ்டி…ம் அம்மா! விட்றா…"

இவனது புலன்களிலிருந்து தூக்கம் உதிர்ந்து போயிருக்க, கண்களில் புதுவித பீதியேறியிருந்தது. விலகிக் கிடந்த சேலையை எடுத்துப் போட்டான். அம்மாவின் உதடுகளில் ஒலியளவு குறைந்திருக்க, தூக்கம் பெரும் அதிர்வுடன் உடல் நிறைந்தது. கதவருகே சென்று மெதுவாக டைகர் என்றான். உடலை உதறுகின்ற டைகரின் சப்தம் கேட்டது. தொடர்ந்து கதவை மூர்க்கமாகப் பிறாண்டியது. அம்மா இன்னமும் ஆழ்ந்துறங்கிக் கொண்டிருந்தாள். மௌனத்தின் துல்லிய தடங்களின் வழி அந்த இரவின் ஒவ்வொரு வினாடியையும் இவன் உணர்ந்தான். துடிக்கின்ற இதயத்தின் அதிர்வுகூட வேறொரு கரமாய் மாறி இவனைத் தீண்டித் திடுக்குறச் செய்தது. நிதானமாகக் கடந்து கொண்டிருந்தது இருள்.

இரு கைகளையும் விரித்து யாருமற்ற வெளியிலிருந்து, யாரையோ கட்டிப் பிடிப்பதற்கான வரவேற்புடன் சிரித்தாள் அப்பைத்தியம். முன்பொரு இரவில் பிறழ்ந்த அவளைத் தொட்டியில் யாரோ சிலர் வேட்டையாடியிருக்க, அன்றிலிருந்து அவள் இப்படிச் செய்வதை வழக்கமாக்கியிருந்தாள். திறந்து கிடந்த மேலுடம்பில் அழுக்கேறிய நிர்வாணம் மனிதர்களை பதற்றத்துக்குள்ளாக்கியிருக்க, அவளைக் கடந்து செல்வது வரையிலான நேரத்தை மிக மோசமான ஒரு சித்ரவதையாகவே உணர்ந்தனர். எல்லாவற்றையும் பார்த்தவாறே கடை வேலையைச் செய்துகொண்டிருந்த இவனை, ஆட்டைத் தொங்க விடுகிற கொக்கியைப் பிடித்தபடி வேலு பார்த்தான். அடுக்கிய ரூபாய்த் தாள்களைத் தட்டிச் சமப்படுத்தியபடி வேலுவைப் பார்த்த முதலாளியை இவனைப் பார்க்கும்படி சமிக்ஞை செய்தான் வேலு.

தன்மேல் கவிகின்ற பார்வையை உணர்ந்தவன் சட்டென வேலையில் கவனமானான்.

அக்குளில் வேர்வையூறி எரிந்தது. முன்தினம் சலூனில் முடிவெட்டும் பொழுது புதிதாக அக்குள் முடிகளைச் சிரைத்து விட்டார் கடைக்காரர். சிலிர்ப்பேறிக் குன்னிய பொழுதில் பேப்பர் படித்துக்கொண்டிருந்த அடுத்த இருக்கைக்காரன் சிரித்தான். மோவாயையும், கன்னத்தையும் நுரையிடாமல் வழித்து பிறகு, மேலுதட்டிற்கு மேலே இருந்த கறுப்புத் தடத்தை அழுத்தி ஒரே தட்டையாக்க, கண்ணாடியில் தெரிந்த பிம்பத்தில் பெரிதானதொரு வித்தியாசம் தெரிந்தது. வழக்கத்தைவிட ஐந்து ரூபாய் கூடுதலாக வாங்கிய பொழுது மெல்லிய பணிவுடன் சிரித்தது இவனுக்கு மிகவும் புதிதான விசயம். பாண்டிதான் அச்சிரிப்பிற்கு விளக்கம் தந்தான். இவன் பெரிய மனுசனாகி விட்டதாகவும் இனிமேல் ஆத்துப் பசங்களுடன் விளையாடப் போகக் கூடாதெனவும் கூறினான். சட்டெனத் தனது சுதந்திரங் களின் மீது படிந்த இந்நெருக்கடியை இவன் தவிர்க்க நினைத் தாலும், மீசையும், பாண்டியின் வார்த்தையும் இனமற்ற ஒரு போதையை உள்ளுக்குள் சுரக்கச் செய்திருந்தன.

சட்டையை அக்குளுக்குள் ஏற்றிவிட்டபடி 'அக்கா' என்றான். மழைநீர் தேங்கியிருந்த குட்டையில் ஒரு குருவி அலகுகளை மூக்கி எடுத்து அண்ணாந்தது. நிறமற்ற சோடிச் செருப்பைக் கக்கத்தில் வைத்தபடி பெரியதும், சிறியதுமான இரு எருமைகளை ஒரு கிழவி கூட்டிச் சென்றாள். ஏதோ ஒரு வீட்டிலிருந்து டம்ளர் விழுகின்ற சப்தம் பதினொரு மணித் தெருவில் துல்லியமாய்க் கேட்டது.

கலா அக்கா கதவிற்குப் பாதி வெளியே வந்து நின்று பார்த்தாள். பின் மறுபடியும் அறைக்குள் மறைந்தாள். வியாழுக்

கிழமையாதலால் மொச்சைப் பயறின் மணம் அடுப்பங்கரையில் கமழ்ந்தது. காலண்டருக்குக் கீழ் தொங்குகிற புகைப்படத்தில் வேலுவும், கலா அக்காவும் ஜோடியாய் நின்று சிரித்தபடி யிருந்தனர். அலுப்பேயில்லாமல் தினமும் அப்படத்தை இவன் பார்த்துக்கொண்டிருந்தான். கலா அக்கா வீட்டினுள் வருமாறு கையை ஆட்டினாள். இவனுக்குத் திகீரென்றது. ஏற்கனவே ஒருமுறை நிகழ்ந்த சம்பவம் நினைவில் விரிய பதற்றமேறிய மனதுடன் நுழைந்தான். கலா அக்காவின் கையில் நான்காக மடிக்கப்பட்ட ஒரு பேப்பர் இருந்தது. இவன் யூகித்த நிகழ்வு நிச்சயமற்றது. வியர்வையூறத் துவங்கிய உள்ளங்கையில் அக் கடிதத்தைத் திணித்தாள்.

"ரேடியோ கடைக்காரருக்குக் குடுத்துடு என்ன..."

நிழல் மறைவு வேலையொன்றினை மேற்கொள்ளும்போது இயல்பாகவே எழுகின்ற நசிந்த குரலும், மாறுபட்ட உடலசைவு களுமாய் அவள் கூறினாள். இவனால் மறுக்க முடியவில்லை. ஆனாலும் கலா அக்காவின் விரல்களின் பஞ்சு போன்ற ஸ்பரிசமும், குளிர்ச்சியும் இவனுள் எதையோ நிகழ்த்தின. டவுசருக்குள் அக்கடிதத்தை வைத்துவிட்டு டிபன் கேரியரை வாங்கிக்கொண்டான். தெருமுனை திரும்பும் வரை முதுகுக்குப் பின்னால் அக்காவின் கண்கள் பின்தொடர்வதை உள்ளுக்குள் உணர்ந்தான்.

இரண்டு தெரு தாண்டியதும், சைக்கிளை நிறுத்தினான். ஏதோ ஒரு காரணத்தால் பாதியில் கைவிட்டிருந்த அக்கட்ட டத்திற்குள் நுழைந்து, நடுங்கிய விரல்களால் அக்கடிதத்தை விரித்தான். விட்டு விட்டு எழுதியிருந்த ரீபிலில் வாக்கியங்கள் உடைந்திருக்க, சனிக்கிழமை மதியம் மூன்று மணி என்பது மட்டும் வழமையான பேச்சு வழக்கால் சட்டெனப் புரிந்தது. வெளியே யாரோ வருவது போலிருக்க, கடிதத்தைப் பையில் திணித்தபடி வெளியே வந்தான். யாருமில்லை. ஒரு காக்கை மட்டும் ஹேண்டில் பாரில் அமர்ந்து டிபன் கேரியரின் புறத்தில் ஒட்டியிருந்த பருக்கைகளைத் தின்ன முயன்றுகொண்டிருந்தது. இவன் வியர்வையைத் துடைத்தபடி சிறுநீர் கழித்தான்.

அன்றைய சாயங்காலம் ஆற்றில் பாண்டியிடம் பேசும் பொழுது இதைக் கூறினான். அவன் சற்று நேரம் யோசித்து விட்டு அவளைத் தேவிடியா எனத் திட்டினான். இவன் மௌன மாய் அவனது விரலிடுக்கில் புகை கசிகின்ற பீடியையே பார்த்தான்.

"நாச்சிப்பாளையம் பார்வதி மாதிரிடா" என்றான் பாண்டி. இவன் பார்வையைக் கவனித்தவன், பீடியை நீட்டினான்.

இவனிடமிருந்து வழக்கமாய் எழுகின்ற சத்தற்ற எதிர்ப்புகூட எழாததைக் கண்டு சுவாரஸ்யமானவன், "சும்ம குடிரா... அதான் பெரியவனாயிட்டயே ..." எனவும் இவன் சற்றே தயக்கமாய் வாங்கி உறிஞ்சி, புகை விட்டான். உடனே பாண்டி படபடவெனக் கையைத் தட்டிச் சிரித்தான். நாச்சிப்பாளையம் பார்வதி கூறிய சொற்கள், கலா அக்காவின் வெளித் தெரியாத மற்றொரு முகம், மேலுதட்டின் கரும் தடம், வாயில் பொங்கி வழிகின்ற பீடிப் புகையென மற்றொரு உலகில் தான் நுழைந்து கொண்டிருப்பதை உணர்ந்துகொள்ள முடிந்தது. கடையில் திடீரென அவ்வளவு கூட்டம் கூடிவிட்டது. வேலு வெளியே ஒன்னுக்கிருக்கச் சென்றிருந்தான். கல்லாவிலிருந்து முதலாளி ஒருவரால் கறி அறுத்து எடை வைத்தும் சமாளிக்க இயலாமல் போக, ஒரு வாளியில் ஆட்டுக் குடலை நீர் இறைத்துக் கழுவிக் கொண்டிருந்த இவன், தானாய் எழுந்து கசாப்புப் பட்டறையில் சென்றமர்ந்தான். அது, வேலுவின் இடம். படுத்துக் கிடந்த வெட்டுக்கத்தியை நடுவிரலை மடக்கிப் பிடித்து, ஒரு சப்பைக் கறியைக் கூறுபோட்டு எடை வைத்துக்கொண்டிருந்த முதலாளி முன் தள்ளி வைக்க, ஒரு கணம் ஆச்சர்யப்பட்ட முதலாளி பிறகு எடை வைத்தபடி இவனது வேகத்தை இன்னுமின்னுமென அதிகப்படுத்தும் விதமான வார்த்தைகளைக் கூறினார். கூட்டத் தைக் கண்டு பதற்றத்துடன் வந்த வேலுவால் சாமான்யமாய்க் கடைக்குள் நுழைய முடியவில்லை. தன் பங்களிப்பற்று கடையின் வியாபாரம் நிகழ்ந்துகொண்டிருப்பது கண்டு திடுக்கிட்டவனின் கண்களில் காந்தத்தின் கையிலிருந்த வெட்டுக்கத்தியின் வேகம் மெலிதான பயத்தைப் படரச் செய்தது.

அன்றைய பிற்பகலில் காந்தத்திற்கு வலுவான அடி கிடைத்தது. வேலுவின் இடக்கையில் குடல்பை இருந்தது. "தாயிலி உள்ளே முடி ஓட்டிக்கெடக்கே கவனிக்கலை ..." என்றபடி சட்டென அறைந்தான். எதிரேயிருந்த கடை நிழலில் யாருக்கோ காத்து நின்ற நாச்சியப்பாளையம் பார்வதி ரத்தச் சிவப்பாய் வெற்றிலை மென்றபடி இவர்களை மௌனமாய்ப் பார்த்தாள். இவன் சட்டெனக் கண்ணீரைத் துடைத்துக்கொண் டான். எப்பொழுதுமே மெல்லிய விசும்பலுடன் கரைந்து போகின்ற அழுகை அன்றைக்கு ஒரு மிருகத்தின் ஆவேசத்தை உள்ளுக்குள் பொங்கச் செய்தது. மதியம் வாங்கிக்கொண்டு வந்த டிபன் கேரியரை ஆற்றுப் பாலத்தில் தூக்கி எறிந்தான். கலா அக்கா அம்மதியத்தில் குளித்திருந்தாள். பூட்டிக்கிடந்த ரேடியோக் கடை வாசலில் யாரோ தூங்கிக்கொண்டிருந் தார்கள்.

வெறுங்கையுடன் வருபவனைப் பார்த்த வேலுவிடம், அக்கா வீட்டிற்கு வரச் சொல்வதாகச் சொன்னான். குழப்பம்

படிந்த முகத்துடன் சைக்கிளை உருட்டி நகர்கின்ற வேலுவை வன்மம் பொங்குகின்றபடி பார்த்தான்.

ஒருவித வெறியில் தொடங்கிய தனது செயல்களின் விளைவு கள் அனைத்தும் மிக மெதுவாகவே உறைக்கத் துவங்கிய வேளையில், பீதியும் நடுக்கமும் ஏற்பட்டன.

உப்பின் கரிப்புடன் வியர்வைத் துளிகள் உதட்டிற்குள் உணரப்பட்ட பொழுதில் தலை வலித்தது. கலா அக்காவின் கை விரல்களின் மென்மையும், குளிர்ச்சியும் செல்களிலிருந்து பிரதிபலிக்க, உறைந்த ரத்தத்துடன் கசாப்பு மேடையில் வெட்டுக் கத்தி கிடந்தது. மிக மெதுவாகக் கடையை விட்டு நழுவத் துவங்கினான்.

வீடு பூட்டிக் கிடக்க, டைகர் இவனது கையை மோந்து பார்த்துவிட்டு நக்கியது. நாவின் சொரசொரப்பில் மயிர்க் கால்கள் சிலிர்க்க ஒரு உதைவிட்டான். பந்தாகச் சுருண்டு சற்றுத் தள்ளி விழுந்து பின் இவனைப் பார்த்துக் குரைத்தது டைகர். அம்மா வேலை செய்கிற பாட்டில் கம்பெனியினை நோக்கி நடந்தாள்.

காலியான பழைய மருந்து பாட்டில்களும், கலர் பாட்டில் களும் கோணி கோணியாய்க் குவிக்கப்பட்டிருந்த காக்கி உடைக் கிழவனிடம் இவன் விபரங்கூற உள்ளே போகச் சொன்னான். பரந்து கிடந்த வெட்டவெளியில் பல வண்ண பாட்டில்கள் சிறுமலைகளாய்க் குவிந்திருக்க வட்ட வடிவ சிமெண்ட் தொட்டி யில் பாட்டிலைக் கழுவிக்கொண்டிருந்தனர் பெண்கள். இறங்கு வெயிலின் வெப்பம் அனைவரது முகத்திலும் சோர்வை ஏற் படுத்தியிருக்க, சிவப்புச் சட்டை போட்டிருந்த ஒரு பெண்ணிடம் இவன் விசாரித்தான்.

அவள் கை நீட்டிய இடத்தில் முதுகு காட்டி அமர்ந்திருந்த அம்மாவும், மற்ற சில பெண்களும் பாட்டில்களைக் கழுவிக் கொண்டிருக்க, இவன் அவர்களை நோக்கி நடந்தான்.

கிளிப்பில் செருகியிருந்த தாள்களில் ஏதோ எழுதியபடி சூப்பர்வைசர் அத்தொட்டியருகே நின்றிருந்தான். செருப் பணிந்த இடதுகாலை அம்மா உட்கார்ந்த கள்ளிப்பெட்டி மீது வைத்திருக்க, பெருவிரல் அவளின் புட்டத்தை நிமிண்டிக் கொண்டிருந்தது. இடுப்பை எக்கி முன்னகர்ந்தபடி அம்மா பாட்டிலைக் கழுவிக்கொண்டிருந்தாள். நகம் உடைந்திருந்த அப்பெருவிரல் குறியாய் மாறிய ஆவேசங்கொண்டிருக்க காமத் தின் மொத்த வெப்பமும் அதன் வழியே தெறித்துக்கொண் டிருந்தது.

இவனுக்கு மூச்சின் அடர்த்தி அதிகமாய் விரிய, உடலுக்குள் நரம்புகள் வெடித்துவிடும்படியான ரத்தப் பாய்ச்சல் நிகழ்ந்தது. விரல்களை மடக்கி இரு கைகளையும் டவுசர் பைக்குள் விட்ட படி அம்மாவிடம் சென்றான்.

காந்தம் அவனைப் பார்த்தான். சூப்பர்வைசரின் மீசையற்ற முகத்தில் வியர்வை பொங்கியபடியிருக்க, இடைஞ்சலேற் படுத்திய இவனது வருகை பற்றிய கோபம் கண்களில் தெறித்தது.

தொட்டிக்குள்ளிருந்த அழுக்குத் தண்ணீரில் பாட்டில்கள் கிடந்தன. பச்சைக் கறியை வெட்டுக்கத்தி மூலம் வெட்டிக் குதறுகையில் எழுகின்ற தினவேறிய மூர்க்கமெழ இருப்பதிலேயே பெரியதான அரக்கு நிற பாட்டிலை வினாடிக்கும் குறைவான நொடியில் தண்ணீரைப் பிளந்து வெளியே உருவினான் காந்தம். நீரில் நடுங்கிய பிம்பங்கள் சிதறி உடைந்தன.

രു ജ

மழை மஞ்சள் மரணம்

மேலும் சிலருக்கு அம்மரணம் குறித்த குறிப்பு
களைக் கூற வேண்டியதிருந்தது. தொலைபேசியின்
வாயிலாக அவன் மரணத்தின் இதழ்களை ஒவ்வொன்
றாகக் கிழித்து அவர்களுடைய இன்றைய தினத்தின்மீது
மிதக்கவிட்டான். இதழின் கருநிழலில் அவர்களின் பகல்
துவங்காமல் இருண்டது. வேலை நாளொன்றின் துவக்கக்
கணங்களில் ஆட்களற்ற அலுவலக அறையின் மூலை
களிலிருந்து மென் சோகத்தின் இசை கசியத் துவங்கியது.
மரணச்செய்தியின் மூலம் அலுவலகத்தின் கோரைச்
சிறகுகளை நறுக்கித் தீர்த்தபின் அது முடமாகிச் செயலற்ற
தாகியதில் திருப்தியாக இருந்தது.

தொலைபேசியை வைத்தபிறகு மரணத்தின் கனத்தை
இழந்துவிட்டதாக உணர்ந்தான். எதிர்கொண்ட தருணத்
திலிருந்த விசையான அதிர்வும், மௌனமும் கை நழுவி
யிருக்க மரண வீட்டில் தன் இருப்பின் வெறுமையைச்
சகிக்க முடியாதெனத் தோன்ற வீட்டிற்கே திரும்பிட
முடிவெடுத்தான். ஜன்னல் விளிம்பிலிருந்த பூட்டை
எடுத்தவாறே வெளி வருகையில் பால்கனியின் கீழே
சப்தங்கள் தேய, தெரு நகர்ந்துகொண்டிருந்தது.

முற்பகல் நகரத்தின் வயிற்றிலிருந்து வெளியேறிக்
கொண்டிருக்கும் மின்ரயிலின் காலியான வெற்றுப்
பெட்டிகளில் நம்பவியலாத இறுக்கத்தைக் கண்டான்.
ரயிலின் இச்சித்திரத்தை ஏற்றுக்கொள்ள முடியவில்லை.
இடைவெளியற்று நெருக்கி நகர்கின்ற பதற்றக் கால்கள்
நிரம்பிய காலை நேர ரயிலின் இம்முகம் பரிதாபமா
யிருந்தது. ஜன்னலுக்கு வெளியே நகரம் மும்முரமாக
இயங்கியவிதமிருந்தது. தான் பங்குபெறாத நகரப் பகல்
மீது விடுதலையுணர்வு பொங்கியபோதிலும் தான் அற்ற

பொழுதிலும் வழமையுடன் மாறுகின்ற நகரத்தின் சித்திரம் பீதியின் குளிர்ச்சியையும் பரவச்செய்தது.

யாருமற்ற ஸ்டேசனில் ரயிலின் இயக்கம் ஓய இவன் இறங்கினான். ரயிலின் மௌனம் இவனது அழைப்பை எதிர் நோக்குவதுபோல் பட்டது. அலுப்பு நிறைந்த வேலைத் தினங் களிலிருந்து இவனிடம் எதிர்பாராதவிதம் தரப்பட்ட இன்றைய விடுமுறையை இந்த ரயிலுடன் சேர்ந்து ஒரு குவளைத் தேநீர் பருகுவதன்மூலமே நிறைவு செய்யவியலுமென நம்பினான்.

சமீபமாக இதுபோன்ற மனவுணர்வுகள் இவனுள் எழத் துவங்கியிருந்தன. வாழ்வின் இறுதிக் கணங்களிலிருந்த உறவின் முதியவளை மனைவியுடன் சந்திக்கச் சென்ற பொழுதில் பிரக்ஞைக்கும், மறதிக்குமிடையே ஊசலாடிய அவளது நோய்ப் படுக்கை மீதான நலிவுற்ற உரையாடலின் இடையே இவன் அவ்வப்பொழுது இரங்கிய குரலில், "உங்களது உடலுக்கும் ஒருமுறை நன்றி கூறுங்கள். மறந்துவிடாதீர்க"ளென இறைஞ் சினான். ஒருவருடைய மரணத்துடன் சேர்த்து உலகின் ஒரு சித்திரத்தையும் மரணிக்கச் செய்கிறோம் என்ற இவனது பதிலை மனைவி எளிதாகத் தவறவிட்டாள்.

நிசப்தம் கசிகின்ற வீட்டு வாசலில் வெய்யிலுடன் இவனும் நின்றான். அழைப்பு மணியைத் தீண்டிய மறுகணம் உறக்கத் திலிருந்து திடுக்கிட்டெழும் பிராணியென அதிர்ந்தெழுந்தது வீடு. ஆச்சர்யமிக்க முகத்துடன் அவள் கதவைத் திறந்தாள். விடுமுறை தின வீட்டின் பகலுக்கும், இன்றைய தின வீட்டின் பகலுக்கும் வேறுபாடுகளிருப்பதாய்ப்பட்டது.

முகத்தை அலம்பிவிட்டுத் துடைத்தவாறே ஹாலுக்கு வருகையில், தேநீரை ஆற்றிய விதம் மின்விசிறியை இயங்கச் செய்தாள். தனிமையின் அழுத்தமிக்க மௌனத்தைச் சீரானதொரு ஓசையுடன் மின்விசிறி அழிக்கத் துவங்கியது. பேசுவதற்குச் சொற்களற்ற கணமாயிருந்தது அது. இறந்த காலத்தின் சந்தோஷங் களைத்தும் நீர்த்துவிட்ட அபத்தமாயிருந்தன. எதிர்காலம் குறித்த கனவுகளோ அவநம்பிக்கையின் சாயைகளுடனே விரி கின்றன. அமைதியாக இருப்பதே ஆறுதலாகத் தோன்றியது இருவருக்கும்.

புத்தகத்தின் அடுத்த பக்கத்தைத் திருப்புவதற்கான இடை வெளியில் நிமிர்ந்த இவனது பார்வையும், ஏதோ வேலை யொன்றிலிருந்து விலகிய அவளும் மிகச்சரியாகச் சந்தித்த பொழுதில் திடுக்கென்ற பதற்றம் ஓடிக்கடந்தது. அவரவர் உலகிலிருந்து அதீத வேகத்துடன் வெளியே வந்து பொருளற்ற புன்னகையைப் பரிமாறிக்கொண்டனர்.

பகல் கழிவதற்கு இன்னும் நேரமாகும் என்றாள். இவனது விடுமுறை வெகுசீக்கிரமே அலுத்துவிட்டிருக்க, பிடிவாதமாய் வேறுசில வேலைகளில் தன்னைப் பொருத்திக்கொள்வதன் மூலம் இப்பகலின் கதவைத் திறந்து உள்ளே நுழைந்துவிடலா மென எண்ணினான். அவ்வகையிலான முயற்சிகளனைத்தும் வெகுசீக்கிரமே தோல்வியுற்றன. வெறுமனே ஒரு பகலைக் கடப்பது மிகப்பெரிய தண்டனையாயிருந்தது.

சப்தங்களொடுங்கிய மதியத்தில் அவர்கள் புணர்ந்துகொண் டிருந்தனர். நீண்ட நாட்களுக்குப் பிறகான பகல் நேரப் புணர்வு இருவரிடமும் மெல்லிய கூச்சத்தை விளைவித்தது. உலர்ந்துவிட்ட ப்ரியங்களால் தேடிக்கண்டடைவதன் வெறியிழந்துவிட்ட புணர் தலில் தேவைப்படுகிற அளவு உண்டெழுகிற மனப்பான்மையின் கசப்பு மலர்ந்திருந்தது. திடீரென வெளியே மழை பெய்கின்ற ஒசையெழ இவன் மெல்லிய குரலில் 'மழை பெய்கிறது' என்றான். அவளாலும் சட்டென அப்புள்ளியிலேயே இயக்கத்தை நிறுத்தித் தன்னைத் திசை திருப்பிக்கொள்ள முடிந்தது. இருவருக்கு மிடையே தோற்றுவிடுகிற புணர்தலின் உச்சங்கள் இட்டு நிரப்ப வியலாத இடைவெளியை விரித்தபடி செல்ல, மழுப்பலான புன்னகைகளின் கீழ் எதிராளியின் சூட்சுமங்கள் பிரத்யேக மிழந்திந்தன.

கழுத்தில் கசிகின்ற வியர்வையுடன் அவள் உறங்கியிருந் தாள். இவன் அவளையே பார்த்தான். இவனை உதிர்த்து விட்டுச் சென்ற காலைநேர நகரமும், விடைதெரிந்த புதிரென இவனிருப்பைப் புறக்கணித்துறங்கும் மனைவியின் முகமும் ஒன்றாகவேயிருந்தன. தீராத இப்பகல் மீதான வன்மம் பெருக்கெடுத்தது.

கைலியைச் சரிசெய்தவிதம் முகக் கண்ணாடியருகே வந்தான். பிரதியான முகமெங்கும் கருமை படர்ந்திருக்க ஒருமுறை சிரித்தான். பின் எவ்வித உணர்வுகளுமற்று முகத்தை மாற்றினான். கண்ணாடி முகத்தின் உதட்டினோரம் மெல்லிய தொரு புன்னகை தன்னை மீறிக் கசிவதை அதிர்ச்சியாய் உணர்ந்தான். ஓவியக்கித்தானெனக் கண்ணாடி தன்னிலிருந்து பிரதிகளை உதிர்த்தவண்ணமிருந்தது.

திறந்த ஜன்னலின்வழி மழைக்குப் பின் வருகின்ற இறங்கு வெய்யிலின் வெளிர் மஞ்சள் நிறம் அறையில் நுழைந்தது. அரூப மாகச் சகிக்கவியலாத கூர் ஒலி பெருகியவிதமிருக்க, நிதானித்த வேகத்துடன் தற்கொலையின் நீள நிழல்கள் அவ்வீட்டைச் சூழத் தொடங்கின.

ஐ ஜ ஜ

வெயில் நண்பன்
பிரார்த்தனை
ஒரு பிரதேசம்

பச்சையம் உலர்ந்த சருகுச் சிற்பங்கள் உதிர்ந்து கொண்டிருந்தன. முதிய மரத்தின் உடலெங்கும் விரிச லுற்று கொழுத்த குருதியெனப் பிசின் வழிந்தபடியிருக்க மரத்தின் வேர்விரல்கள் துழாவிய அடிமண்ணினூடே ஈரம் தீர்ந்து வெப்பம் தகித்தபடியிருந்தது. பதற்றமுற்ற மரத்தின் உடலிலிருந்து இலைகள் உதிர்ந்தபடியிருந்தன. கடைசியாகத் தளிர்ந்த கிளை நுனி வானைப் பார்த்தது. பாளம் பாளமாக உடைத்தெறிந்த கங்குகளின் பிரகாசத் துடன் மேகங்கள் குமுறிக்கொண்டிருக்க, மையத்தில் மிருகமொன்றின் கொலைக் கண்களின் மினுமினுப்புடன் சூரியன் வெயிலைத் திரவமாக்கி வழியவிட்டபடியிருந் தது. ஜீவராசிகள் பகலின் ரேகைகளினூடே வெறி கிளம்புவதை உணர்ந்திருந்தன.

கிராம விளிம்பிலிருந்த குளம் செதில் செதிலான களிமண் வடுக்களுடன் பிடுங்கப்பட்ட கண்ணைப் போலக் குரூரமுற்றிருக்க, இறுதியாய்க் கிணற்றின் வண்டல் களிம்பான திரவத்தைக் கோரி அள்ள வந்த பெண்தான் முதலில் பார்த்தவள். 'அது தன் ராட்சத நாவால் கிணற்றை நக்கியபடியிருந்தது. ஒவ்வொரு முறையும் அதன் நாவி லிருந்து எச்சிலென வழிந்த நெருப்புப் பிசிறுகள் கிணற்றின் அடிவயிற்றைக் கருகவைத்தன. ஆட்களின் சத்தம் கேட்ட மிருகம் மிகவும் நிதானமாகக் கருவேலங் காட்டினுள் பரவி நகர்ந்ததாக, அவள் கூறினாள்.

அது வெயில் கிராமம். ஒரு வழிப்போக்கனென நுழையும் வெயில், பின்பனிக்காலத்தில் நனைந்த சோளக்

குருத்துகளின் தலையைத் துவட்டத் துவங்கும். மெல்ல மெல்ல ஆட்கள் வெளியேறிய வீடுகளில் நுழைந்து நீரைப் பருகிச் செல்லும். சுருட்டுப் புகைக்கின்ற வயசாளிகளின் ரோகச்சளி களை நுங்கின் குளுகுளுப்புடன் ஏந்திக்கொண்டு பல்லிளிக்கும். ஏதும் பேசாமல் மிருகத்தின் கண்களை உற்றுப் பார்த்தபடி யிருக்கும், நெடும்பனைகளின் குருத்துகளைச் சில சமயம் புகைந்து விழச்செய்யும். பனைகள் சளைக்காமல் வெய்யிலின் கண்கள் குரூரமாவதை ஏதோ ஒரு கணத்தில் ஊர்க்காரர் களிடம் சொல்லப் போவதாகப் படும். கடைசியாக, எதிர் பாராத மதியமொன்றில் குளிர்ந்து தளரும் ஆகாயத்தின் நீர்த் திவலைகள் சாம்பல் பூத்த வயல் மண்களைக் குளிரச் செய்கையில் பயந்து பின்வாங்கும். இரண்டொரு தினங்களுக்குப் பின் கருவேலங்காட்டுக்குள் இரை தின்று திரும்பும் வெள் ளாட்டுக் குட்டிகளினுடே ஒன்றுந்தெரியாத ஆட்டைப் போல ஊருக்குள் வரும். நகமுதிர்ந்த விரல்களால் சிறுசெடிகளின் இலை விளிம்புகளைக் கொறித்துக்கொண்டிருக்கும். பொதுவான பருவங்களில் வந்து செல்லும் வெய்யிலின் தடம் இவை.

கம்மங்கூழ் தருகிற சோளக்காட்டுப் பெண்களுக்குச் சோழி போட்டுக் குறி சொல்கிற கம்பளத்து நாயக்கச்சி இந்தமுறை வரும்பொழுது, வெயிலின் ஆவி பறக்கும் சோளக்காட்டினுள் களைத்து மயங்கிய பெண்ணொருத்தி மரணமுற்றதைத் தொடர்ந்து ஒருமுறை சூரியனை அண்ணாந்துவிட்டுச் சோழி யிட்டாள். முதுகு காட்டித் திரும்பிய சோழிகளை எண்ணியவள் பின்னர் வெற்றிலைச் சாறு மணக்கும் சொற்களால் கூறினாள். "இந்தக் கிராமத்தின் கருப்பையைச் செந்நிற எறும்புகள் தின்று தீர்க்க சூழப்போகின்றன. யாருமறியாப் பொழுதொன்றில் பனிக்குடத் திரவத்தை மாமிச வெறிகொண்ட பகல் அடித் தொண்டையில் உறிஞ்சி பதுக்கிச் சென்றுவிட்டது. இந்நிலத் திலிருந்து நீங்கிச் செல்லாதவர்கள் மாண்டுவிட்டதாகவும், உலர்ந்து பொருபொருப்பான எலும்புகளை நரிகள் கவ்விச் செல்வதாகவும் சோழி வரைகிறது." விதைக்கப்பட்ட தானியங்கள் பொசுங்கி, மண்ணிலிருந்து பிதுங்கி வெளி வர ஆரம்பிக்கையில் வெய்யிலின் முழு மஞ்சள் உடலும் கிராமத்தின் மீது படிந் திருந்தது. வெகுவேகமாகக் கிராமம் காலியாகிக்கொண் டிருந்தது. பகலில் குடிசைகளின் மூலைகளில் சுருண்டுகிடந்த மனித உடல்களில் வியர்வை தீர்ந்து, பொரிந்த உப்புகள் சன்னஞ்சன்னமாக மண்ணில் உதிர்ந்தபடியிருக்க, அருகிலிருக் கும் ஒருவனின் வலி முனகல் தூர வெளியிலிருந்து கேட்பதைப் போலிருந்தது. பொதுவாக மனிதர்கள் பேசுவதை மறந்துவிட்டி ருந்தனர். ஏதாவதொரு தருணத்தில் உள்ளிருந்து வரும் சொல் ஈரம் உலர்ந்த உள்நாக்கின் கூர்முனையில் கிழிபட்டு முனக

லாகவோ சிதைந்த சொல்லாகவோ வெளிவந்தது. கீழ்க் காட்டி லிருந்து வெளிக்கிளம்பிய சாரைப் பாம்புகள் குடிசைகளின் உலர்ந்த மண்குடுவைகளின் இருளுக்குள் சுருண்டு கிடந்தன. கானல் நெளியும் தெருமுனைகளைத் தீண்ட விரைந்த நாய்கள் மெல்லிய முனகலோடு அடங்கிப்படுத்தன. இருளின் பிசிறான காகங்களின் இறகுகள் வெய்யிலின் வலிமையேறி உலோக மினு மினுப்புடன் தகிக்கும் காற்றுப் படலத்தில் மிதந்த படியிருந்தன. மரண வீடுகளுக்கு முன்னர் தயங்குகின்ற பாதங்களுடன் இருள் வருகையில் கிராமம் பகலால் துவைத்தெறியப் பட்டிருந்தது. மூங்கில் கழிகளால் அமைந்த ஜன்னலின் வழி மதியத்தைக் கண்ணைச் சுருக்கிப் பார்த்த முதியவள், "இந்தக் கோடை இங்கு வருவது இதுதான் கடைசி" என்றாள்.

தேவாலயத்தின் சுவர்களெங்கும் செம்மண் படலம் அப்பி யிருக்க, மெழுகுவர்த்திகள் உறைந்து கிடக்கும் மரமேசையின் மேல் கசட்டு மெழுகுகள் உருகியபடியிருந்தன. பாதிரியார் தனது உடைகளைப் பார்த்தார். அவைகள் வெள்ளை நிறத்தி லிருந்து உருமாறிப் பழுப்பை அடைந்திருந்தன. இடுப்பைக் கவ்வுகின்ற நீள் கயிற்றுப் பட்டையை முடிச்சிடாமல் அவிழ்த்து விட்டிருக்க ஸர்ப்பமென அது தரையை நுகர்ந்தலைந்தது. 'யோக்கோபு' என்றார். சிதைந்த தேவாலயத்தின் தூசி மூலைகள் அனைத்தும் யோக்கோபை அழைத்தன. யோக்கோபின் குரல் வெளியிலிருந்து கேட்டது. தேவாலயத்தின் வாசலில் துவங்கும் செம்மண் சாலை வயல்வெளிகளைத் தாண்டிக் கிராமத்து மண்குடிசைகளின் வாசலில் முடிகிறது. வரகுக் கதிர்கள் பொங்கிய வயலைச் சகாய நாடாரின் ரெண்டாம் மகளுக்குச் சாத்தானால் பீடிக்கப்பட்ட இடதுகால் ஒச்சத்தைப் பாதிரி யார் நீக்கித் தந்த திளைப்பில் கைகளுக்குள் திணிக்கப்பட்ட இடம் இது. யோக்கோபு மஞ்சளாகிப் பதர்த்துவிட்டிருந்த கம்பந்தட்டைகளின் நடுவே நின்றிருந்தான்.

"என்ன கெட்ட சேதி இன்னிக்கு..."

செம்மண் சரிவில் மேலங்கியைச் சுருட்டி நாடிக்கும், நெஞ்சுக்குமிடையே கவ்வியவிதம் பாதிரியார் ஒன்றுகிருந்த படி கேட்டார்.

"அம்பலகாரங்க நாலு வீடும் வெளிக்கிளம்பியாச்சு. இன்னிக்கும் ஆறாவது நாளு கிராமம் தீர்ந்துடும்னு நெனைக் கிறேன்..."

செத்துவிழுந்து கிடந்த பறவையொன்றைக் கையில் உருட்டிப் பார்த்தவாறே யோக்கோபு கூறினான்.

'ஆபத்து காலத்தில் நீ சோர்ந்து போவாயானால், உன் பெலன் குறுகினது.' நெனைப் பிருக்கா..."

அவன் எல்லாவற்றுக்கும் வெளியில் நின்றிருந்தான். உடைகளற்ற மேலுடம்பில் செம்மண் காட்டின் புழுதியோடியிருக்க, அழுகிச் சிதைந்த பறவையின் வயிற்றை நுகர்ந்தவன், ஏதோ ஒன்றைப் புருவம் சுருக்கி நினைவுகளால் தேடிக்கொண்டிருந்தான்.

"செத்த பிண்டத்த என்னடா செய்றே... தூரப்போட்டுட்டு கிணத்த ரெண்டுகாலு தூர் வாருடா..."

"அது வேணாம் பாதிரி... கெணத்துக்க அடையாளம் இப்ப சரியில்ல... அதோட உறுமலு நடுக்கம் தருது..."

சாயம் உதிர்ந்த தேவாலய உச்சியில் தொய்ந்த மரச் சிலுவையை உள்ளங்கையால் எழுப்பிய கூடாரத்தின் கீழிருந்து பார்த்தபடியிருந்தார் பாதிரி.

"லே யோக்கோபு... நீ ரெட்சணிய சேனைக்காரண்டா... கர்த்தர் எல்லாத் தீங்கிலிருந்தும் உன்னை விலக்கிக் காப்பார்..."

நைந்த தனது பிஸ்கட் நிற பூட்சால் தேவாலய வாசலில் சிதறிய சுள்ளிகளை ஒதுக்கிக்கொண்டே,

"லே யோக்கோபு, அந்த சைக்கிள்காரனுக்குத் தகவல் விட்டாச்சா... அவன்பாட்டுக்கு வார்னீஷ்ல கவுந்து கெடக்கப் போறான்..." என்றார்.

பருவங்கள் மனச்சிதைவை அளிக்கின்றன. மதியம்வரை கனன்றுகொண்டிருக்கும் பிற்பகலின் மேல் குறுங்கணத்தில் பொழியும் மழையொன்றிற்குப் பிறகான மௌனத்தில் தற்கொலை செய்துகொண்டவர்கள் பலரைப் பாதிரி அறிவார். இப்பொழுது இங்கு நிகழ்ந்துகொண்டிருப்பது கோடையின் உச்சம். உடல் மரத்துவிடும்படியான ஒரு போதை இந்தக் கிராம உடல்களுக்குத் தேவை. ஆதியில் அந்தப் போதை கலவியின் வடிவத்தில் வழங்கப்பட்டது. வரைமுறையற்ற புணர்வுகளில் பிறழும் பிரக்ஞையில் பருவங்களின் நிழல் படியாமல் விலகிச் சென்றன. உடலின் வெம்மை தீர்ந்து ஆயாசப்படும் மனிதர்களின் கையில் அவர்கள் யோசிக்கும் முன்னரே தானிய நிலங்கள் திணிக்கப்பட்டன. பின் அவர்களின் பாதங்கள் வயல்வெளிகளின் சாம்பல் மண்ணிற்குள்ளேயே சுற்றிக்கிடக்கும். இது ஒரு உபாயம். இப்பொழுது கிராமத்தில் தேவாலயம் இருக்கிறது. பாதிரியின் வாயால் சாத்தான் என்றழைக்கப்படும் இறச்சகுளம் உப்பிலியப்பன் பீடமும் இருக்கிறது.

"ஆகவே மனிதர்களே, நாம் மீட்பரின் நிழலில் ஒடுங்கு வதைத் தவிர இந்த வேனிற்காலத்தில் செய்ய ஏதுமில்லை."

இரட்சணிய சேனையின் சிறப்பு ஆராதனை. மூன்றுநாள் ஜெப வழிபாடு. பாதிரியின் தூர ஒலிபெருக்கிக் குரல் கிராம மண்குடிசைகளில் மிதந்தலைந்தது. தேவாலயத்தின் பின்கட்டில் சமையலறைச் சிதைவுகளுக்கிடையே நின்றபடி ஜன்னலைப் பார்த்தார் பாதிரி. தொலைதூர வெளியில் கண்ணாடிப் பொரு ளொன்று மினுங்க, கானல் நீரின் நடுவே யோக்கோபின் வெற்றுடல் நெளிந்தபடியிருந்தது.

வெய்யில் கிராமத்திலிருந்து ஒருநாள் தொலைவில் வந்து கொண்டிருந்தான். சரளை பெயர்ந்த செம்மண் பாதைத் தடத்தின் மேல் எதிர்த்துப் போராடும் விலங்கின் தலைச்சிலுப் பலென சைக்கிள் முன்சக்கரம் வளைந்தாடி விரைய அழுக்கேறிய கருநிற உடலெங்கும் வெப்பம் சிதறும் அவன் ஒரு சைக்கிள் சாகசக்காரன்.

சாகசக்காரனாவதற்கு முன் அவன் ஒரு சிறு வணிகனாய் இருந்தான். பகல் முழுவதும் விற்றுத்தீராத புளியம்பழங்களுடன் அவன் வீடு திரும்புகையில் வீடு இயல்பான தடத்திலிருந்து விலகியிருப்பதாய்ப்பட்டது. வீட்டின் பொருட்கள் ஒவ்வொன்றும் அவளின் பதற்ற உடலசைவுகளில் விழுந்து நொறுங்குகையில், இவனது புலன்கள் கூருற்று வீட்டின் பகல் நிகழ்வுகளை யூகிக்க முயன்றன. இவனது மௌனங்கள் அவளது பதற்றத்தை மேலும் பெருக்கியது.

நான்காம் நாள் மதியத்தில் ஒரு திருடனைப் போலான ஜாக்கிரதையுடன் முன்னறிவிப்பின்றி வீட்டை அடைந்தான். ஜன்னல் வழி கண்ட கசப்புச்சித்திரத்தை ஆட்கள் உடைக்காத குளத்தின் நீர்ப்பிம்பங்களிடம் தனது விசும்பிய குரலுடன் முறையிட்டுக் கூறினான். சற்று தூரத்தில் பசுங்கன்றின் சாயலுடன் சைக்கிள் நின்றுகொண்டிருந்தது.

வீடு செல்கிற தடத்தை வெறுத்தொதுக்கிய அன்று செம்மண் சாலையின் இறங்கு வெயிலில், வயதுற்ற புளியமரங்களிடை தனியனாக இவனை சைக்கிள் சுமந்து சென்றுகொண்டிருக்க, முதன்முதலாக இவன் சைக்கிளுடன் பேசத் துவங்கினான். பதில் பேசாமல் வந்தது சைக்கிள். அதன் சாயல் தெளிவற்ற முகத்து நண்பனைக் காட்டி மறைத்தது.

பின்னிரவில் ஒருமுறை நழுவிய செயினை மாற்றிவிட முயலுகையில் விரலிடுக்கில் பதிந்த பற்சக்கரங்களால் மிதமான வெம்மையுடைய ரத்தம் பீறிக் கசிந்தது. இவனுக்கு வலியின் உணர்வேயில்லை. கொதிப்புற்ற உள்ளத்தின் சூட்டை ரத்தமாய்

வெளியேற்றிக் கொண்டிருந்தான். வளர்ப்பு நாயைப் போல அவனது விரலின் குருதியைச் சப்பியது சைக்கிள். ஆதுரத் துடன் அவன் சைக்கிளையே பார்த்தபடியிருந்தான். விரல் களிலிருந்து நழுவிய உலகத்தைப் பிறகு சைக்கிளுடன் ஒன்றிணைந்துச் சுற்ற ஆரம்பித்தான்.

கோடை பெருகத் துவங்கும் காலங்களில் வெப்பமேறும் நிலங்களின் வழியாக வினோத போதையை சைக்கிளும், இவனும் பருகினர். வியர்வை பெருகப் பெருக பாதங்கள் சுயமான வெறியுற்று சைக்கிளை வறண்ட நிலங்களின் மேடுபள்ளங்களில் பாய்ந்தோடச் செய்யும். கிறுக்குற்ற சைக்கிளும் கற்சரிவுகளிலும் நெருஞ்சி முற்புதற்களிலும் தன்னைச் சிராய்த்து முன்னேற, அறுவடை தீர்ந்த வயல்வெளிகளின் தூரத்துக் கானல் நீரை நோக்கி விரைகின்ற முரட்டுப் பயணத்தில் ஒவ்வொரு கணத் திலும் வெயில் இன்னும் இன்னுமென இவனைப் பித்தேறி விரையச் செய்யும். ஆகக் கடைசியாக ஏதோவொரு இடறலில் சைக்கிளும் இவனும் தனித்தனியாகப் பிய்த்தெறியப்பட உச்சத் தினவின் திளைப்புடன் உடல் அந்தரத்தில் விதியற்ற வடிவில் சுழன்று நிலத்தை நோக்கிச் சரிய, தன்னைத் தானே வழிநடத்தி விரையும் சைக்கிள் தனியொரு உயிரின் பேயோட்டத்துடன் சில கணங்கள் ஓடிச்சரியும். வியர்வை பெருகும் கருந்தொண்டைக் குழி துடிதுடிக்க, செம்மண் துகள்கள் உடலெங்கும் தீற்றி எரிகின்றபடியே இவன் ஆகாயத்தைப் பார்ப்பான். சற்றுத் தள்ளி இறுதி மூச்சுடன் பின்சக்கரம் தயங்கிச் சுழல சைக்கிள் மயங்கிக் கிடக்கும். வெய்யிலுடன் மோதிச் சிதறிய இரு உடல்களின்மீதும் வெய்யிலின் போதை தெளிய நிறைய நேர மாகும். மெல்ல மெல்ல சைக்கிள் தனது ரகசியங்களை இவனிடம் கூற, இவனொரு சைக்கிள் சாகஸக்காரனாக உருமாற்றம் அடைந்தான்.

கோடை வழியும் இப்பிரதேசங்களில் சைக்கிளும், அவனும் குடிகார நண்பர்களைப் போலச் சுற்றியலைந்தார்கள். வீடு செல்லும் தடம் மறைந்து அழிவது வரை அவன் சைக்கிளுடன் இடைவிடாது பேசிக்கொண்டிருந்த நாட்கள் அவை. செம்மண் தூசியேறிய சைக்கிளுடன் இவன் நுழைகின்ற சிறு கிராமங்களில் இவனது தோற்றம் கண்டவர்கள் அதிசயமும், வியப்பும் வழியும் முகக்குறிப்புகளுடன் இவனுக்குப் புளிப்புக் கள்ளும், குளிர் நீராகாரமும் தந்தனர். பின்னர் அவன் சைக்கிளினால் சில வித்தைகளை அவர்களுக்கு நிகழ்த்திக் காட்டிவிட்டு அவ்வூரின் முன்இரவில் வெளியேறிவிடுவதை வழக்கமாக்கி நாட்களைத் தீர்த்துக்கொண்டிருந்தான். மண்ணைக் குழம்பாக்கிவிடும் மாரிக் காலங்கள்தான் இவனும், சைக்கிளும் வெறுப்பவை. மாரிக்காலங்களில் தினவு வெறியற்ற மனதுடன் கிராமத்

திண்ணையொன்றில் இவன் முடங்குகையில் மனம் இறந்த காலம் நோக்கி நகர்கிறது. கிராமங்களிலிருந்து வெளியேறும் எல்லா வழித்தடங்களும் மழையினால் குழப்பப்பட்டிருக்கையில் கிராமத்தில் கைதிகளைப் போல அடைபட்டிருக்க வேண்டி யிருந்தது. மழையிரவின் குளிர் கரங்களுக்கிடையே உறங்கிய படியிருந்த நாளொன்றில் ஒன்றுக்கிருக்க விழிப்புத் தட்டுகையில் சைக்கிள் தனியாக மழையில் நனைந்தபடியிருந்தது. சன்னமான படபடப்புடன் அதன் உதடுகள் துடித்தபடியிருக்க, கழிவிரக்க மிக்க பாடலொன்றை அதன் உடல்மீது மழைத்துளிகள் இசைத்த படியிருந்தன. இவனது வாழ்நாளில் இவன் அதீத மனப்பளுவை அக்கணத்தில்தான் உணர்ந்தான். தன்னையும் மீறிப் பெருங் குரலெடுத்து அழுதபடி சைக்கிளைத் தன்மீது கட்டிக்கொண்டு மழையை முகத்தின் மீது வாங்கியபடி விழுந்து கிடந்தான்.

சாகச சைக்கிள்கள் மற்ற சைக்கிள்களிலிருந்து வேறு பட்டவை. வழமையான பாத மிதிவுகளின்படி நேர்க்கோட்டு முறையில் பயணிக்கும் சைக்கிள்களைவிட, சாகசத்தின் ஒவ்வொரு கணத்திலும் நேர்க்கோட்டு இயல்புகளைத் துண்டித்து, பார்க்கின்றவர்களின் அனுமானங்களைச் சிதைக்கும்படி தன் திசை நெளிவுகளையும், வேக மாற்றங்களையும் சாகச சைக்கிள் கள் தன்னுடலுக்குள் ஒளித்துக்கொண்டிருந்தன. குறுகிய வட்டத் திற்குள் வெவ்வேறு படிக்குத் தன்னுடலை நெளித்து நடனிக்கும் சைக்கிளினால் உலர்ந்த நிலங்களின் மேல் ஓவியங்களைக்கூட வரைகின்ற சைக்கிள் சாகசக்காரனை வேறொரு நிலத்தில் இவன் கண்டிருந்தான். இவனையும், இவனது சைக்கிளையும் கண்ட அவன் சைக்கிள்களின் சாகச மொழிகளை இவனுக்குக் கற்றுத் தந்தான். சைக்கிள் சாகசத்தின் அடிப்படையே பாதங் களால் நிலங்களின் மேல் நடப்பதை சாகசக்காரன் வெகு வேகமாக மறப்பதுதான். சைக்கிளால் ஊர்ந்து செல்கையில் தான் பயணத்திற்கான சரியான வேக அளவுடன் உலகைக் கடக்கவியலும் என்றான் அவன். சாகச சைக்கிள் ஒருபோதும் புத்தம்புதிய உதிரியினைத் தனது உடலில் ஏற்றுக்கொள்வதில்லை. தேய்ந்து நசுங்கிப் புறக்கணித்த சிதைவு உதிரிகளை அவைகள் கட்டித் தழுவித் தன்னுள் பதிந்துகொள்கின்றன. உதிரிகள் பெருகப் பெருக சைக்கிள் முதுமையடைகிறது. ஒரு பழுத்த முதியவனின் காலமுடைய சாகச சைக்கிள், சாகசக்காரன் மரணிக்கும் வரை அவனை ஒரு ஸர்ப்பமெனத் தன்னுள் கட்டிக் கொண்டிருக்கும் எனவும் அவன் கூறினான்.

சாகச சைக்கிள்களின் உடலுக்குள் சாகசத்தின் சூத்திரங் களையும், மொழிகளையும் புகச் செய்யும் ஒருவனைக் காண்பதற் காக இவன் மதுரை சென்றிருந்தான். கோயிலைப் புள்ளியாக்கி நான்முகத் தாயக்கட்டங்களென விரிந்து கிடக்கும் வீதிகளின்

எளிதில் புலப்படாத சிதிலச் சந்தொன்றில் அவன் வசித்தான். அவனைப் பார்க்கச் சென்ற தினத்தில் சித்திரை விழா நெருங்கிய ஒன்றிரண்டு முன் நாட்கள். குவியல் குவியலான சைக்கிளின் உதிரிகளுக்கிடையே அவன் அமர்ந்து ஒரு சாகச சைக்கிளைத் தலைகீழாக்கி அதன் அடிவயிற்றைச் சோதித்துக்கொண்டிருந் தான். அவனைச் சுற்றியும் வெவ்வேறு பிரதேசங்களில் வாழும் சைக்கிள் சாகசக்காரர்கள் தங்கள் நிலத்திற்குரிய பாடலைக் கஞ்சாவின் புகைமூட்ட மயக்கத்தினூடே களி பொங்கப் பாடியபடியிருந்தனர். அவர்களின் வெயிலில் அழுக்குற்று நைந்த உடையும், உணர்ச்சிகளைப் பிரதிபலிக்கவியலாமல் கருமை திரண்ட முகமும் அவர்களை எந்தத்தேசத்தின், எந்தக் காலத்திலும் பொருத்திப் பார்க்கவியலும் மனிதர்களென மாற்றியிருந்தன. அதீத இருள் மண்டிய அவ்விடத்தின் மூலை களில் எண்ணெயின் வீச்சத்துடன் எரிந்த காண்டாவிளக்குகளின் செந்தழல் நிழல்கள் அவ்வப்பொழுது அவர்களின் மேல் படிந்து விலகியபடியிருந்தது. ஒவ்வொருவரும் தனது சைக்கிள்களைக் குறித்து எதிராளியின் அறிமுகம் பற்றிய கவலையின்றி உரத்த குரலில் கூறினர்.

"எனது சைக்கிள் எனது பருத்த பெண்டாட்டியின் நடையைப் போலத் தயங்கிச் செல்கிறது."

"குருடனான என் சைக்கிள் சதா எதன் மீதாவது தன்னை இடித்துக்கொண்டு வலியால் முனகிக்கிடக்கிறது."

"நிலவிற்குக் கீழான மலைமுகட்டில் எனது சைக்கிள் ஒரு தேவதையென உருப்பெற்று எனது காமத்தைப் பருகியது..."

தன் பங்குக்கு இவன் கூறத் தொடங்கினான்:

"நாங்கள் வெயிலை நோக்கிச் செல்லும் பயணிகள். எப்பொழுதும் தோற்கடிக்கின்ற வெய்யிலைப் பற்றிய கேலிப் பாடலை நானும் சைக்கிளும் பாடி மகிழ்வோம்..."

புன்சிரிப்பில் ஆமோதித்தபடி இருள் முகங்களனைத்தும் தலையாட்டின. செவ்வகமான கட்டையைப் போலக் கால் களுடைய ஒரு சாகசக்காரன் கஞ்சாப் புகை வழிகின்ற சொற் களால் கத்தினான்.

"நேற்று ஒரு முள் எனது சைக்கிளில் குத்துகையில் எனது பாதத்திற்குள் அந்த வலியை உணர்ந்து நான் அலறினேன். சைக்கிளும் நானும் மாறி மாறி எங்களையே உட்கொண்டு செரித்து முதிர்ந்ததை உங்களிடம் கூறுகிறேன்..."

அங்கிருந்த அனைவருக்கும் பொதுவான அம்சமாக, வெயில் மீதான அளவிடவியலாத காமமும், அன்புமிருந்தன.

இவன் மேலும் மேலும் வெய்யில் குறித்த முத்தச்சொற்களைக் கூறிக்கொண்டிருந்தான்.

குதிரைவாலிக் கதிர்களில் பால் பிடிக்கத்துவங்கிய கோடை காலத்தின் பிற்பகுதியில் இவன் அத் தானிய நிலங்களில் இருந் தான். வெளிர் பச்சைநிறக் குதிரைவாலிகளின் தோல் பைக்குள் திரள்கின்ற பாலின் வாசம் தானிய நிலத்தின்மீது கனத்துக் கிடக்க, அதீத மினுமினுப்புடைய குதிரைவாலிகள் வெய்யிலை எதிரொளித்தன.

இன்னுமொரு சிறு மழைக்குப் பின் குதிரைவாலிகளின் உடல்கள் விம்முமெனக் கூறிய வயற்காவலர்கள் நடுமதியத்தில் ஒரு கலயம் பழைய சோற்றிற்கு இவனை சைக்கிள் சாகஸம் செய்விக்கக் கூறினார்கள். சூரியனை ஒருமுறை பார்த்துவிட்டு சைக்கிள் விடத் துவங்கினான். சாகஸத்தின் அனுபவ மொழியின் உச்சத்தில், புழுதி பறக்கப் பறவையெனவும், படுக்கையாகவும், மேசையெனவும் சைக்கிளும், இவனும் உருமாறிக்காட்டியதை, கன்னத்து எலும்புகள் துருத்திய அம்மனிதர்கள் திணறலான ஆச்சர்யமாய்ப் பார்த்தபடியிருந்தனர். பிரம்மாண்ட ஒரு மென்னிருள் கரம் குதிரைவாலிகளின் தலையைத் தடவியது. சட்டெனச் சிலிர்த்த குதிரைவாலிகள் கீழ்க்காட்டிலிருந்து வந்த காற்றுத் தொடுதலில் உடலசைத்தன. சாகஸத்தினிடையே கவனந்தவறியவொருவன் அதனைக் கவனித்துக் கத்தினான். எல்லோரின் முகங்களும் அண்ணாந்தன. எங்கிருந்தது எனத் தெரியாதபடிக்குப் பசுவின் சினை வயிற்றளவிலான கருமேகத் துண்டு அப்பிரதேசத்தின் அந்தரத்தில் தொங்கிக்கொண்டிருக்க, சற்றுத் தள்ளி மிதந்த வெள்ளிக் கண் அதனை விருப்பமற்று முறைத்தது. அடர்த்தியும், குளுமையுமான முதல் துளி இவ னுடலில் தெறித்து உடைகையில், வயற்காவலர்கள் எக்காளச் சிரிப்புடன் தவ்வினர். எல்லோரின் முகங்களிலும் மழையை வரவேற்கின்ற ஆவேசம் குடிகொள்ள அவரவர் நிலங்களின் நீர் வரப்புகளை நோக்கி ஓடத் துவங்கினர். இதற்குப் பின்னரான இவனது சாகஸ நிகழ்வினிடையே எதேச்சையாக அவ்வப்போது பெய்த மழையில் வெய்யில் முகஞ்சுளித்து இவனை ஒதுக்குவதை ஸ்பரிசித்து உணர்ந்தான்.

கிராமத்திற்கான வழித்தடம் புழுக்கம் தேய்ந்திருப்பதை, அதன் சுவடுகளற்ற நீளச் செம்மண் உடலில் இவன் கண்டு கொண்டான். வளர்ச்சியற்ற குட்டை மரங்களின் இலைகள் உதிர்ந்த வெற்றுக்கிளைகளின் நிழல்கள் வரைபடக் கோடு களெனக் கிடந்தன. வேறொரு பருவகாலத்தில் வந்திருக்கையில் கண்ட பசுஞ்சித்திரம் இந்தக் கிராமத்தினுடையதுதானா எனக் குழப்பம் கொண்டவனாகச் சர்ச்சை வந்தடைகையில்

இருள் வர ஆரம்பித்திருந்தது. காய்ந்த சோளத்தட்டைகளின் பதர்களைக் குவித்துப் புகை போட்டுக்கொண்டிருந்தான் யோக்கோபு. அதன் செருமலான புகைச் சுழலின் மத்தியில் பாதிரியின் சுருட்டு மிளிரும் முகம் பொன்னிறத் தீயின் நிழல் கொண்டிருந்தது. அவ்வப்பொழுது உரத்த தீயின் கரங்களை யோக்கோபு குச்சியால் தட்டி அதட்டுகையில் பொறி தெறித்து, சிறு கங்குகள் பொன்வண்டினைப் போலக் காற்றில் மிதந் தலைந்தன. பாதிரி தன்னிடமிருந்த உப்புத் திட்டுகள் பரந்த கண்ணாடிக் குவளையில் இளமஞ்சளான மதுவைச் சரித்து இவனிடம் நீட்டினார். யோக்கோபு உடல் பிளக்கப்பட்ட அணிற்குஞ்சின் நடுவே உப்பு மிளகைத் தடவி எரிந்துகொண் டிருந்த தட்டைகளின்மீது போட்டான். அப்பொழுது எழுந்த மாமிச வாசனை மிகுந்த ருசியினைப் பரப்பியது. பாதிரி அமைதியாக, தீர்ந்துவிட்டிருந்த மதுக்குடுவைகளின் அடி வயிற்றுத் துளிகளை ஒரு கோப்பையில் நிரப்பிக்கொண் டிருந்தார்.

"உனது அதிர்ஷ்டத்தின் மீதான குறுக்குவிசாரணையை நடத்துகின்ற காலம் கிடையாது இப்பொழுது. பிரார்த்தனையும் நம்பிக்கையின் வேறொரு பிரதிபலிப்புதானே. அதுபோல்தான் உனது சாகசங்களினுடே அவ்வப்பொழுது கனிகின்ற மழையும். கடைசியாகக் கம்பங்காடுகளின் சாம்பல் மணல்திட்டுகள் உருகிக் கரைந்த மழைக்குப் பிறகு உன்னையும், சாகசத்தையும் பற்றிய வேறு செய்திகள் எனக்குக் கிடைக்கவில்லை..."

பாதிரி கருகிய அணில் சதையை மென்றவாறே வேறொரு சுருட்டைக் கையிலெடுத்தார். யோக்கோபு இவனது குவளையின் மிச்சத்தை நீள நாக்கால் தடவிச் சப்பினான். இவனுக்கு இந்த அதிர்ஷ்டம் மீதான மனவுணர்வு பீதியான சந்தோஷத் தையளித்தது.

"ஆனால் பாருங்கள். நான் ஒரு கோடைப் பிரதேச சாகசக் காரன். சதா பாழ் நிலங்களும், சூரியனும்தான் இவ்வுலகின் எங்களது கடைசி நினைவுகளாகவும், நண்பர்களாகவுமுள்ளனர். நண்பர்கள் புரிகிறதா? மழை பற்றிய உங்களது விருப்பத்தை நான் தடுக்கவியலாது. ஆனால் வெயிலுக்கெதிரானபடி எனது அதிர்ஷ்டம் புரிந்துகொள்ளப்படுவதை நான் எவ்வாறு எடுத்துக் கொள்வது?"

"நீ தவறாகப் புரிந்துகொள்கிறாய். மழையின் முதல் துளி விழும்வரையில் நீ சாகசம் செய்தால் போதும். வெயிலின் சந்தேகக்கண் உன் அதிர்ஷ்டத்தின் மீது பதிவுறும்போது நீ வெளியேறி வேறு நிலத்திற்குச் சென்றுவிடலாம்..."

"வெயிலை ஏமாற்றச் சொல்கிறீர்களா ..." என்றான். அப்பொழுது இவனது கண்கள் மிகுந்த கூர்மையுடன் பாதிரியின் நெருப்பெரியும் விழிகளைப் படித்தபடியிருந்தது. பாதிரி பெரிதாக அலட்டாமல் ஒருமுறை புகைவிட்டார்.

"மழை வருகையின் மீதான உனது அதிர்ஷ்டம் மிகவும் லேசானது. மிகுந்த துல்லியமில்லாதது. சரியான விகிதத்தில் ஊற்றப்பட்ட மதுக் குவளையின் மீது ஏதோவொரு மன நெருக்கத்தால் மேலும் ஒன்றிரண்டு துளிகளைக் கலப்பது போல. இயேசு கிறிஸ்துவைத் தவிர இப்பிரபஞ்சத்தில் வேறெதை யும் நம்புபவனல்ல நான். ஒருவகையில் இப்பிரார்த்தனை நாட்களில் உனது சாகசமும் நிகழவேண்டுமென்ற கிராமவாசி களின் நம்பிக்கையை நானும் வெறுக்கிறேன். ஆதலால் நீ மழை வராமலிருக்கும்படியாக உனது சாகசத்தினை நிகழ்த்திக் கொண்டிரு. மழை வந்தால் அது பிரார்த்தனையால் என்று நான் சந்தோஷப்படுகிறேன். வராவிடில் நீ வெயிலுக்கு நண்பன் தானென்று அதனிடம் உறுதி கூற ஒரு சந்தர்ப்பமாக்கிக் கொள். இரண்டில் எது நிகழ்ந்தாலும் அது ஏதாவதொரு தரப்பை மகிழ்வுறச் செய்யும். ஆதலால் பிரார்த்தனையும், சாகசமும் இம்மூன்று நாட்களில் இப்பிரதேசத்தில் இணைந்து பெருகட்டும்."

தூர வயற்காடுகளின் விளிம்பிலிருந்து பெருகிக்கொண் டிருந்த இருள் சப்தமின்றி இவர்களைச் சுற்றி நிறைந்தது. எதிர்வரவிருக்கும் ஏதோவொரு பதற்றத்தின் காலடித்தடங் களை முன்னுணர்ந்த சாகச சைக்கிளின் உலோகவுடல் மெல்ல அதிர்வுற முன்சக்கரத்தில் ஒட்டிக்கிடந்த சிறு நெருஞ்சிகளும், குறுமணல்களும் உதிர்ந்தபடியிருந்தன ஒருவரும் அறியாமல்.

முதல் தின வழிபாடு

பனை ஏறுபவர்களின் வீட்டுப்பெண்கள் கறுத்த திரேகமும், மெலிந்த மார்புமுடையவர்கள். எண்ணெய் கக்குகின்ற அம்முகங் களின் பெண்மை குளிர்வற்றது. காகங்கள் மட்டும் விழித்த அதிகாலையின் துவக்கத்தில் மொத்தம் பதினான்கு பேர் பிரார்த்தனைக்கான வெண்ணிறச் சேலையும், காய்த்து வடு வேறிய கைகளுக்குள் பக்கங்கள் நசுங்கிய புதிய ஏற்பாடும் அடங்கி யிருந்தது. தேவாலய வாசலோரம் கிடந்த திருகையில் வரகுக் கதிர்களை அரிசியாக்கியபடியிருந்த யோக்கோடு, அவர்களில் சற்று மூத்த ஒருவளைத் தேவாலயத்தை முதலில் கூட்டிப் பெருக்குமாறு கூறினான். கைப்பிடி வரகரிசையை வாயில் போட்டுக்கொண்ட அவள் பெருக்கத் துவங்கினாள்.

"லே யோக்கோபு கிறுக்கு வரகுடா. இது எதுக்குத் திருவுற..."

ஒருமுறை மஞ்சளேறிய வரகரிசியை உற்றுப் பார்த்த யோக்கோபு, "வேற ஒண்ணுக்கும் வழியில்லியே. இம்மூணு நாளைக்கும் இதான். வேண்ணா ஒண்ணு செய்றேன். அவிச்சு உருண்டை பிடிச்சு நீராகாரத்துல போட்டுர்றேன் பித்தம் எறங்கிடும்..."

மற்ற பெண்கள் தேவாலயத்தின் வெவ்வேறு பகுதிகளை எளியமுறையில் சுத்தம் செய்தனர். மேலும் சில ஆண்களும், குழந்தைகளும் வந்த பொழுதில் தேவாலயம் நெருங்கி நிறைந் திருந்தது. குட்டிப் பன்றிகளைப் போல வயிறு பெருத்த குழந்தை கள் சாகஸக்காரனின் சைக்கிளைக் கூச்சலுடன் சூழ்ந்து, கூச்சமுறும்படி அதனுடலைத் தொட்டு மகிழ்ந்தனர். துருவேறிய சிலுவையைக் கையிலேந்தி பாதிரி நுழையும்பொழுது ஒருகணம் நிசப்தமானது தேவாலயம்...

"ஸ்தோத்திரம் ஐயா..."

"ஸ்தோத்திரம்..."

"ஸ்தோத்திரம் செலுத்துகிறேன்..."

"அனைவருக்கும் ஸ்தோத்திரம்..." என்றவாறே மையத் திட்டின் மேல் ஏறி நின்றார். பெண்கள் அழுதபடியிருந்தனர். அலங்கரிப்புகளற்ற அம்முகங்களிலிருந்து வழிந்த கண்ணீர் மெல்லிய மினுமினுப்புடன் உதிர்ந்தபடியிருந்தது. ஆண்களின் நிலை இன்னும் மோசமாயிருந்தது. கண்கள் பிதுங்கிய தட்டை முகங்களுடைய அவர்களுக்கு அழுவதற்கான சுதந்திரம் மறுக்கப் பட்டிருக்க, துடிதுடிப்புடன் ஏறித்தாழ்ந்த தொண்டைக்குழி அவர்களின் பீதியை வெளிக்காட்டியது. பிரார்த்தனையின் முதலிரண்டு வரிகளைக் கூறத்துவங்கிய பாதிரி சட்டெனத் தனது குரலின் நசுங்கித் தேய்ந்த சப்தத்தைக் கண்ணுற்று ஒருமுறை செருமிக்கொண்டார்.

ஒரு பாவமும் தெரியாதபடியான முகத்துடன் காலையின் இளவெயில் பரவத் துவங்குகையில் சோளக்காட்டின் ஏதோ வொரு மூலையிலிருந்து சாகஸத்திற்கென மாற்றிய உடைகளுடன் சாகஸக்காரன் வருவதைப் பார்த்த பிள்ளைகள் எக்காளமிட்டு ஆரவாரம் செய்தன. உடலை இறுக்கிப் பிடிக்கின்ற கழுதைக்காது காலர் கொண்ட முழுக்கைச் சட்டையும், மண்ணின் நிறம் கொண்ட முழுக்கால் சராயும் அணிந்திருந்தான். சற்று நேரம் சைக்கிளின் ஒவ்வொரு உறுப்புடனும் சாகஸத்திற்குத் தயாரான சமிக்ஞையைப் பெற்ற பின் சூரியனை ஒருமுறை அண்ணாந்து பார்த்துவிட்டு யோக்கோபைப் பார்த்தான். தேவாலயத்தின்

உள்ளே பாதிரியின் நடுங்கி உயரும் பிரார்த்தனைக் குரல் வெற்று வயல்வெளிகளின் பறவைகளை அதிர்வுறச் செய்யும் படி விரிந்து சென்றுகொண்டிருக்க, நம்பிக்கையும், நம்பிக்கை யின்மையும் மாறி மாறி ஒளிரும் கண்களுடன் யோக்கோபு தலையசைத்தான். சைக்கிளின் முன்சக்கரம் சுழலத் துவங்கியது.

பின்மதியத்திற்குள் இவன் தனது எல்லா சாகஸத்தையும் அக்குழந்தைகளின் முன் நிகழ்த்திக் காட்டியிருந்தான். பிரார்த் தனையினிடையே அவ்வப்போது வெளிவந்த ஆண்கள் ரசிப்பற்ற கண்களுடன் பீடிகளைப் புகைத்தபடி இவனைப் பார்த்தனர். வெகு சீக்கிரமே குழந்தைகள் சைக்கிளையும், இவனையும் பிரித்துப் பார்க்கத் துவங்கியிருக்க சாகஸம் வெற்றுக்கூடாய்த் தரையில் கிடந்தது. சக்தி தீர்ந்த இவனது உடல் இவனுக்கே பெரும் பாரமாய்த் தோன்றியது. மெதுவான வேகத்தில் ஒரு குறுகிய வட்டத்தில் தொடர்ந்து சுற்றிக்கொண்டே யோக்கோபு அளித்த வரகுக் கஞ்சியைக் குடித்தான். இன்னும் இரண்டு முழு தினங்கள் குறித்த பீதி மனதை மேலும் சோர்வுறச் செய்தது.

இருட்டிய மாலையில் கரகரத்த பாதிரியின் குரல் தெறிப் பற்று பிரார்த்தனையின் வரிகளை முனங்கியபடியிருந்தது.

நெடிய பகலுக்குப்பின் வந்த அவ்விரவின் மென்சிவப்பு ஒளியில் தேவாலயம், யோக்கோபு, புழுதி படிந்த உடை களுடன் சாகஸக்காரன் வெவ்வேறு இசை வழிகின்ற உருமாற்றம் கொண்டிருக்க, உறங்கிவிட்ட புழுதிக் குழந்தைகளை, பனங் காட்டிலிருந்து வீசத்துவங்கிய ஊதல்காற்றுக்குப் பயந்து பெண்கள் அள்ளிச்சென்றனர்.

இரண்டாம் தின வழிபாடு

திராட்சை ரசமும், அப்பமும் தீர்ந்த தேவாலயத்தின் எல்லா வெளிச்சங்களும் தொலைந்துவிட்டது போலிருந்தது. ஐந்து பெண்கள் மட்டுமே சங்கீத புஸ்தகத்தில் "தாவீதைப் போல நடனமாடி" உலர்ந்த உதடுகளால் பாடியபடியிருந்தனர். பாதிரி வெளுக்கத் துவங்கிய வானத்தைச் சித்திரமிட்ட ஜன்னலில் பார்த்தார். பெரிய மாற்றமேதுமில்லாமல் வெளிறிய மேகங் களுடன் குமுறிப் பொங்க ஆரம்பித்த வானம் எல்லாவற்றையும் விழுங்கிச் செரிக்கப் போவதாகப்பட்டது. சாய்ந்தமர்ந்தும், படுத்துறங்கியும் கொண்டிருந்த ஆண்கள் தங்கள் வீட்டுக் கால்நடைகளின் பசிக்குரல் நேற்றைய பின்னிரவில் நெடுநேரம் எழுந்தபடியிருந்ததையும், பின்னர் சீரானதொரு இடைவெளியில் அக்குரல்கள் தேய்ந்து மறைந்ததையும் பீதியுறும் கனவாகக் கண்டுகொண்டிருந்தனர்.

சாகசக்காரன் தனது முகவியர்வையை ஒருமுறை சட்டை நுனியால் துடைத்துக்கொண்டான். குருட்டுத்தனமான முதல் தின நம்பிக்கைகள் நேற்றைய பகலை வெவ்வேறு சமரசங்களால் கூடேறாதபடிக்கு நகர்த்திவிட்டிருந்தன. இன்றைய வெயிலுக்கு எதிரான எவ்வித ஆயுதங்களுமற்ற தன்னை மிகுந்த பரிகாச மாய் உணர்ந்தான். பித்த வெடிப்பான பாதங்களிலிலிருந்து கசிந்து தேங்கிய குருதியைப் புழுதியில் தேய்த்துக் கழுவினான். பிரார்த்தனையும், சாகசமும் வெயிலுக்கெதிரான தங்களது தினவுவெறியை இழந்திருக்க, இடையிலான மனிதர்கள் மீதான வன்மத்துடன் வெயில் ஊர்ந்து வந்துகொண்டிருந்தது.

தேவாலயத்திலிருந்து வெகுதூரத்திற்கு வந்துவிட்டதை உணர்ந்தான் யோக்கோபு. ஓரிரண்டு பனைகளைத் தவிர வேறெதுவுமற்ற பொட்டல் வெளியில் காய்ந்த பனையோலை களின் உரசெலொலி மனதைக் கூரான அச்சமேற்படும் விதமாகக் கீறிச் சென்றது. செத்துக்கிடந்த வெவ்வகைப் பறவைகளின் உடலின் மிச்சச் சிறகுகள் வேனல்காற்றில் படபடத்துக்கொண் டிருந்தன. கண்மாய் இறக்கப் புதருக்குள்ளிருந்து மிக மோசமான துர்வாடை காற்றில் அலைந்தபடியிருக்க, கருவேலம் வேர்களுக் கிடையே மயில்பச்சை நிறத் துணிப் பிசிறுகளுடன் சிதைந்த ஒரு சதைக்கூடு கிடந்தது. யோக்கோபிற்கு வாந்தி கிளம்பியது. ஒரு கணம் ஏற்பட்ட தலைசுழற்சியில் பனம்பழங்கள் பொறுக்கு வதற்கு வந்த முதியவர்களின் – நினைவில் தங்காத –முகச் சட்டங்கள் தோன்றி மறைய, வெய்யிலை எதிரொலித்த சிறு சச்சதுரங்களாலான பொன் தண்டட்டியும், வேப்பெண்ணெய் வாசமெழும் மறைக்காது சரிந்து தொங்கும் இடதுமுலையும் கொண்ட ஒரு முதியவளின் ஞாபகம் மிகச்சரியாக அவ்வுடலில் பொருந்துவதாய்ப் பட்டது. பனம்பழங்கள் உதிர்ந்து கிடக்கும் மேற்குச் சரிவை நோக்கி விரைவாக நகர்ந்தான் யோக்கோபு.

உதிர்ந்து கிடந்த பனம்பழங்கள் வெடித்துச் சுருங்கித் தக்கையாய் மாறி இறைந்திருந்தன. இதுவரை மறைந்திருந்த பசியும், தாகமும் சட்டென நினைவிற்குத் திரும்ப உடல் வெகுவேகமாக சக்தி தீர்ந்து அசந்து போக ஆரம்பிக்கின்றதை யோக்கோபு கவனித்தான். தூரப்பனைகளின் உச்சியிலிருந்து சூரியன் உயரத் துவங்க, தேவாலயத்திற்கான தடத்தில் விலங்கைப் போல ஓட ஆரம்பித்தான்.

உப்புநீர்க் கரைசலால் வாயைக் கொப்பளித்துத் துப்பினார் பாதிரி. இரண்டு முழுநாள்களின் இடைவிடாத பேச்சும், தூக்கமற்றுச் சிவந்து பிதுங்கிய கண்களும் ஒரு குற்றவாளியைப் போல அவரது முகத்தை மாற்றியிருக்க, வெயிலிடமிருந்து தப்பிப் பிழைத்து வந்த யோக்கோபு தேவாலயப் பின்வாசலில்

அவரிடம் வெயில் தின்று துப்பிய பறவைகளையும் மனிதர்களையும் புனைவின் இருள் படரும் சொற்களால் கூறிக் கொண்டிருந்தான்.

"இது மித்த மாதிரி இல்ல ... நான் கண்டுகிட்டன். இனியும் இந்தப் பூமிக்குக் காவல் கெடையாது. கௌம்பிருவோம் பாதிரி ..."

தேவாலயத்தினுள்ளே சோைகயான குரலில் மரியாளின் கர்ப்பப் பெருமைகளைச் சில பெண்கள் பாடிக்கொண்டிருந்தனர். பாதிரி தனது காலுறைகளைக் கழற்றி எடுத்தார். வியர்வையில் வெம்பி, வெளிறிக் கிடந்த பாதங்களைக் குறுமணலில் வைத்து முன்பின்னாகத் தேய்த்துவிட்டபடியிருக்க, கூச்சத்தில் கண் சுருக்கிக்கொண்டார்.

"அந்த சைக்கிள்காரனைக் கெவுனிச்சியாடா ..."

"மூணுதரம் கூப்டாச்சு பாதிரி. நேத்தி மதியத்துல இருந்து துளித் தண்ணி இறங்கல அவனுக்கு. வெயிலுல காதடைச்சுப் போச்சுனு நெனைக்கிறேன். பித்தமேறினவன் கணக்கா உளறிக் கிட்டே நெட்டுவெசமா பனைச்சரிவு வரைக்கும் போயித் திரும்பி கிட்டே கெடக்கான் ..."

புழுதிப்படலத்துடன் தூரப்புள்ளியில் சாகலக்காரன் வந்து கொண்டிருப்பதைக் கவனித்த பாதிரி மௌனமாகத் தேவாலயத் திற்குள் நுழைந்தார்.

இரண்டாம் தின வழிபாட்டின் முன்னிரவில் யோக்கோ பின் உறக்கத்திற்கு முன்பே பைபிள் விரித்த கைகளுடன் தேவாலய மக்கள் தன்னிச்சையாய் ஆழ்ந்துறங்கத் துவங்கி யிருந்தனர். எதற்காகவோ அழுதபடி எழுந்த குழந்தை சற்று நேரத்தில் தானாகவே சமாதானப்பட்டு உறங்கியது. உருகித் தீர்ந்த மெழுகுவர்த்திகள் ஒவ்வொன்றின் கண்களையும் மிதித்த படி இருட்டின் பாதங்கள் தேவாலயத்தை அடைந்தன.

விரிந்து கிடந்த கண்மாயில் இரவின் கருமை வெளிறிச் சாம்பல் வர்ணமுற்றிருந்தது. இவன் தனது சைக்கிளைப் பார்த் தான். தனது வாழ்வின் பெருஞ்சாகலத்தின் களைப்பும், குறுஞ் சிரிப்புமாக அவனைப் பார்த்தது சைக்கிள். இவனுக்குள் களிப்புப் பெருகவில்லை. மாறாக எரிந்து விழுந்த மரக்கிளைகள், மரணத் தின் கடைசி நகம் கிழிக்கையில் ஆறுதல்படுத்த யாருமின்றி ஆகாயத்திலிருந்து உதிர்ந்த பறவைகள், காற்றைக் குடித்து வயிறூதிக் கிடக்கும் கருங்குழந்தைகள், பனங்காட்டில் திரிந்த அந்தப் பெண்களின் கண்களில் படர்ந்த வெயில் பற்றிய பயம் கடைசியாகத் தனது விளையாட்டின் விளிம்பிலிருந்து தவறி அகோரப் பசியுடன் வாயைத் திறந்தபடி பெருகி வரும் வெயிலின் சித்திரங்கள் சுழன்றெழுந்தபடியிருந்தன.

  வெயில் நண்பன், பிரார்த்தனை, ஒரு பிரதேசம்

சைக்கிளிலிருந்து காலூன்றியபடி அந்தக் கூழாங்கல்லைக் கையிலெடுத்தான். வெதுவெதுப்பான உடலுடன் கூழாங்கல் ஒரு பகலின் சாட்சியாக உள்ளங்கையில் கிடந்தது. பலமுறை தனது சட்டையில் அதனைத் துடைத்தான். இப்பொழுதும் அது மிகச் சன்னமான வெப்பத்தால் வெயிலின் சொல்லால் பேசியபடியிருந்தது.

எதிர்பாராத கணத்தில் சட்டென அதனைத் தனது வாயினுள் இட்டான். பெரும் வனத்தீயின் மேல் சடசடவென இறங்குகிற மழையின் சப்தத்துடன் கூழாங்கல் குளிர்ந்து அடங்க, இவன் செய்கையைக் கவனித்தபடியிருந்தது சைக்கிள்.

அதிகாலையின் துவக்கத்தில் கண்மாய்க்குள்ளிருந்து பொங்கிப் பெருகிய மண்வாசனையின் கொடி கிராமமெங்கும் படர்ந்தபடி தேவாலயத்தை நிறைத்தது. சுருட்டுப் புகைக்க எழுந்த முதியவன் தன்னையும் மீறிய வெறியுடன் கத்தி எழுந்தான்.

"கர்த்தருக்கு ஸ்தோத்திரம் . . . கர்த்தாவே . . ."

சடசடவென விழித்துக்கொண்டவர்களின் ஆவேச ஸ்தோத் திரங்கள் நோக்கி விரிந்தபடி வந்துகொண்டிருந்தது பெருமழை. திசையெங்கும் இறங்கியபடியிருந்த மழையில் அனைவரும் தங்களது உடல்களைக் கரைந்து போகும்படி நனையக் கொடுத் தனர். எக்காள ஆவேசத்துடன் மென்சூடான வயல்வெளியின் களிமண்ணைத் தனது உடலெங்கும் அப்பிக்கொண்டே ஓடினான் யோக்கோபு. வார்த்தைகள் சிக்காத திளைப்பில் அவன் ஒரு விலங்கைப் போலக் கிறீச்சிட்டான். வறண்ட வாய்க்கால்களில் பெருகிய மழை, பாம்பைப் போல நெளிந்து நகர சிறுகுழந்தைகளை அதற்குள் தள்ளினர் ஆண்கள். எல்லா வற்றையும் தாண்டி பாதிரியின் கண்கள் சாகலக் காரனைத் தேடிக்கொண்டிருந்தன. தோற்கடிக்கப்பட்ட பெண்ணின் சாப அலறலைப் போல மழையின் குரல் அசுர மெடுத்தபடியிருந்தது.

இரண்டுநாள் இடைவிடாத நடைப்பயணத்தில் யோக்கோபு வேறுநிலத்தை வந்தடைந்திருந்தான். சில பழந்துணிகள் பொதியப் பட்ட துணிமூட்டையும், தீட்டப்படாத கேழ்வரகுத் தானியமும், அரக்கு நிறத்தில் பெருந்தொந்தியைப் போலிருந்த மதுக்குடுவை யில் பாதியளவு நிரப்பப்பட்ட மதுவும் அவனிடமிருந்தன. பார்வைக்கு எட்டிய வரையில் சிறுபுதர்கள் விரவிக்கிடந்த வெற்று வெளியைத் தவிர ஏதுமில்லை. புழுதித் தரையில் சைக்கிளின் தடங்கள் வெட்டுப்பட்டு வந்தபடியிருந்தன. யோக்கோபு சாகலக்காரனைத் தேடியலைந்துகொண்டிருந்தான். அவனிடம் கொடுத்துவிடச் சொல்லி பாதிரி தந்துவிட்டிருந்த பொருட்களை யோக்கோபு வைத்திருந்தான்.

அன்று பெருகிய அந்த மழை ஊரின் எல்லாப் பள்ளங் களையும் நிரம்பி வழியச் செய்திருந்தது. இரட்சண்ய சேனையின் பெயரைப் பக்கத்துக் கிராம மக்களின் நாக்குகள் விதவித ஜோடனைகளுடன் பேசித் தீர்த்தன. நீண்டகாலத்திற்குப் பின் வெளுக்கப்பட்ட அங்கியுடன் பாதிரி கிராமத்தினரின் வீடுகளில் சிறப்பு வருகை புரியத் துவங்கியிருந்தார்.

"பாத்தியாடா யோக்கோபு... எப்படி குளிந்திருச்சு ஊரு... கர்த்தாவே, நீர் என்றென்றைக்கும் இருக்கிறீர். உம்முடைய சிங்காசனம் தலைமுறை தலைமுறையாக நிலை நிற்கும்..."

மதுவருந்தியபடியிருந்த பாதிரியின் உதடுகள் மெல்ல மெல்லத் தானாகவே பேசத்துவங்கின.

"யோக்கோபு... அந்த சைக்கிள்காரன் எங்கடா..."

"நான் ஒண்ணு நெனைக்கிறேன் பாதிரி..."

"சொல்லாதடா அதை. நான் சரிஞ்சுருவேன்... ஆமா... அதுவும்கூட உண்மைதான்."

குழறலான நடையுடன் தேவாலயத்தின் வெவ்வேறு பகுதி களிலிருந்து ஒரு மதுக்குப்பியும், கேழ்வரகுத் தானியமும், பழந்துணிகளின் குவியலையும் யோக்கோபு முன் வைத்தவர்,

"இதைக்குடுத்துடுடா... அவனைப் பாத்தா வேறெதும் பேசாத... குடுத்துட்டு வா..."

கருவேலம் புதர்களுக்குள் விரைந்த சைக்கிள் தடத்தைப் பின்னொற்றி இறங்கினான் யோக்கோபு. கடுமையான வெக்கை அடர்ந்திருக்க, சுமந்து வந்த பொருட்கள் நடையை மட்டுப் படுத்தின. வறண்டு போயிருந்த ஆற்று மணலில் அந்தச் சரிவு முடிவுற்றது. சாம்பலான நிழல் திசையெங்கும் படிந்திருக்க, நடு ஆற்றின் மணலில் மோசமானதொரு கோணத்தில் சைக்கிள் சரிந்து கிடக்க, சற்றுத் தள்ளி சாகசக்காரன் கிடந்தான்.

மெல்லிய மனநடுக்கத்துடன் யோக்கோபு அவர்களைச் சமீபித்தான். சாகசக்காரனின் வெற்றுப் பாதங்களில் கூர் அலகால் ஒரு காகம் எதையோ நோண்டிக்கொண்டிருக்க, கொடிய துரத்தலுக்குப் பயந்து ஓடுகையில் ஏற்படுவதைப் போல உடைகளில் கிழிசல்களும், உடலெங்கும் சிராய்ப்புகளும் கிடந்தன. கருமையுற்றிருந்த சாகசக்காரனின் முகத்தைத் தட்டினான் யோக்கோபு. சட்டெனக் குளிர்ந்த அந்த உடல் சாகசக்காரனின் மரணத்தைப் பகிரங்கப்படுத்தியது. பிளந்திருந்த வாயில் ஆற்று மணற்துகள்கள் அப்பியிருந்தன. ஒளியற்று மங்கலான கண்கள் ஆகாயத்தை வெறித்தபடியிருக்க, யோக்கோபு

      வெயில் நண்பன், பிரார்த்தனை, ஒரு பிரதேசம்

அந்த இடத்தின் அமானுஷ்யத்தினூடே யாரோ ஒருவரின் காலடிச் சத்தத்தைக் கேட்டான். புலன்கள் கூருற்று பீதியை அதிகப்படுத்தின. காலடிச்சத்தம் எழுந்த திசையைத் திரும்பிப் பார்த்தான். ஆற்றின் ஒரு முனையிலிருந்து தேங்கியிருந்த நிழலைக் கிழித்தபடி மஞ்சளான வெயில் நகர்ந்து வந்து கொண்டிருக்க யோக்கோபு சாகஸக்காரனின் முகத்தை நோக்க அந்தக் கண்கள் யாரையோ காட்டிக் கொடுப்பதாய் உணர்ந்தவன், ஆகாயத்தைப் பார்த்தான். முதுகுக்குப் பின்னால் வெகுசமீபத்தில் காலடிச் சப்தங்கள் உடலைத் தீண்ட, குமுறலான சிறு மேகப்பிசிறுக்குப் பின்னால் ஒளிந்திருந்த மிருகத்தின் விழி உக்கிரமாய் சாகஸக் காரனின் பிரேதத்தைப் பார்த்தபடி வெளியே வந்தது.

ஊ ஜி